# CHUYỆN VỢ CHỒNG

**Chuyện Vợ Chồng - Ngô Sỹ Hân**

*Bìa:* Uyên Nguyên Trần Triết
*Dàn trang:* Đỗ Huỳnh Đăng Ngọc
Nhà xuất bản Nhân Ảnh 2024
ISBN: 9798348135959

NGÔ SỸ HÂN

# Chuyện
# VỢ CHỒNG

Nhân Ảnh
2024

*Lời nói đầu*
# VỀ CÁC BẠN VĂN

Ngô Sỹ Hân

Nhà văn Xuân Vũ là một người gốc kháng chiến miền Nam sanh năm 1930 - có chỗ viết là 1931 - tại Bến Tre, năm 1954 theo Việt Minh tập kết ra Bắc. Qua kinh nghiệm với cộng sản, ông đã sáng mắt. Khi hồi kết vô B đánh Mỹ cứu nước, ông đã trở về với chánh nghĩa quốc gia. Bằng ngòi bút sở trường tuyên văn giáo, ông viết hàng mấy chục cuốn sách nói về cái lưu manh và gian ác của cộng sản. Có thể kể các tác phẩm tiêu biểu như *Đường Đi Không Đến*, *Xương Trắng Trường Sơn*, *Đồng Bằng Gai Góc*, *Địa Đạo Củ Chi*, *Bên Kia Bờ Ảo Vọng*, *Chạy Trốn Bảy Ngày*, và *Những Tháng Ngày Máu Lửa* vân vân. Ông viết hằng ngày viết say mê và sẽ vẫn còn viết nữa nếu chưa qua đời năm 2004.

Đồng thời với Xuân Vũ, bên Gia Nã Đại, chuyên viết truyện ngắn tiếng Anh lãnh giải Nobel văn học năm 2013 được đánh giá là bực kỳ tài thì có bà Alice Munro thuộc hàng tiền bối, sanh năm 1931 tại một nông trại nuôi chồn ở Wingham, Ontario. Không hề viết một truyện dài, bà trả lời phỏng vấn, "Trong nhiều năm, tôi cứ nghĩ rằng truyện ngắn chỉ là bước thực tập, và tôi sẽ viết tiểu thuyết vào một ngày nào đó. Sau nầy tôi phát hiện truyện ngắn là tất cả những gì tôi có thể làm." Dù vậy, truyện ngắn của Munro cũng giống như tiểu thuyết hay là những truyện dài thu ngắn do ở tình tiết cuộc sống đời thường mà bà đưa vào tác phẩm.

Tôi không dám có ý tự so sánh với những bực thầy mà để bày tỏ sự nể phục những bực kỳ tài viết hoài không hết ý. Mộng làm nhà văn nhà thơ nhưng trước Bảy Lăm thời chinh chiến tôi chỉ viết ít bài đăng báo. Sau kinh nghiệm trong tù cộng sản, sống bầm dập thời đổi mới, ra hải ngoại do nghề nghiệp, tôi viết mới có mấy cuốn - toàn truyện ngắn chưa có quyển truyện dài nào - mà có vẻ như hết chữ hết ý. Cho nên trong tác phẩm nầy ở phần Lời Nói Đầu bèn viết về kỷ niệm với các bạn văn thân thiết, mà toàn những người có bề dầy văn chương chữ nghĩa hơn và trước tôi rất nhiều.

Không hẳn chỉ có những người tôi viết ra đây: Nhà văn Kha Lăng Đa và Nhà văn Mai Nguyên, Nhà thơ Võ Ý và Nhà thơ Yên Sơn. Còn nhiều nữa nhưng sẽ ghi ra trong cuốn sau. Tôi không có ý đánh giá cao-thấp hay hây-dở giữa những bạn văn nầy mà chỉ ghi tên theo vần alphabet.

## Nhà văn Kha Lăng Đa

Sau khi *trời sập*, nhà-cầm-quyền-mới gộp hai tỉnh Biên Hòa và Long Khánh làm một với tên mới là Đồng Nai. Tất cả sĩ quan cấp tá trở lên vô trại K1 Cát Lái, còn đại úy trình diện ở hai tỉnh nầy đều gom vô hai trại Trại Hai và Trại Ba *đóng quân* trong khu Gia binh Liên đoàn 3 Biệt Động Quân ở Thanh Hóa gần Hố Nai trên đường Quốc lộ 1 từ Biên Hòa đi Long Khánh. Tại đây *họp hành quân không yểm* có ba *giặc lái* là Trương Quốc Thái, Hồ Danh Lịch, và tôi. Hai tên nầy cùng khóa 19 Thủ Đức được tuyển sang Không Quân. Trương Quốc Thái từng ở Phi đoàn 112 Thanh Xà với tôi, còn Hồ Danh Lịch tôi mới gặp lần đầu.

Trước nay cùng viết bài cho Nguyệt san Lý Tưởng của Không Quân, tôi có nghe tên Hồ Danh

Lịch qua bút danh Kha Lăng Đa nổi tiếng với những bài thơ lè phè và về đời lính bây giờ mới được diện kiến. Mặc dầu ở chung trại nhưng tôi ở Đội 14 do Nhạc sĩ Hiếu Anh làm đội trưởng, còn Kha Lăng Đa ở Đội 7 hay Đội 8 với Trương Quốc Thái. Sau khi *học tập* mười bài chánh trị xỉ và *Ngụy quân Ngụy quyền và Đế quốc Mỹ* cùng chế độ Miền Nam, chúng tôi bị phân tán đi K2 thuộc Trại Suối Máu. Tại đây thầy Lịch hay dắt tôi đi dự các buổi *hòa nhạc* bỏ túi với các tay đờn cổ nhạc và nhứt là Nhạc sĩ Classic Trần Ngọc Thạch.

Từ Trại Suối Máu sau đợt *tuyển quân*, trong số những *ca sĩ hàng đầu* trong K2 vác cuốc xẻng đi Trảng Bom khai thác rừng và làm rẫy có ba đứa tôi. Chẳng bao lâu xảy ra vụ tám người trốn trại gồm Nguyễn Phương Hùng, Hồ Danh Lịch, Nguyễn Nề, Hoàng Sanh, Lâm Thạch Sanh, Ngô Văn Trì, và vân vân. Trong số nầy chỉ Lâm Thạch Sanh và Ngô Văn Trì là thoát được qua tới Mỹ. Tất cả số còn lại bị hốt hết nhưng vô trại nào khác, trừ Hồ Danh Lịch bị đưa trở lại K3 trại Suối Máu!

Mặc dầu không trốn trại với mấy anh em nầy nhưng tôi cũng bị lạc đạn vì đem theo đồ survival đi lao động nên bị bắt đưa về cùm nhốt conex đặt ở ngay cổng ra vô Trại K3 Suối Máu. Tại cái vòi nước ngoài cổng nầy thỉnh thoảng tôi có gặp Lịch mà chẳng tâm sự được gì. Tin đồn ông già vợ Lịch là dân tập kết nhưng sau nầy biết được thì trái ngược, ông nhạc gia là *ngụy quyền* trước 1975 làm xã trưởng một xã ngoài Quảng Ngãi, lúc đó đang bị ở *tù cải tạo* chớ không phải Việt cộng tập kết về.

Sau một thời gian chúng tôi lại *chuyển quân đi* bị *biên chế* vô Đội 41 - một trong hai đội *ác ôn* 41 và 45 ở Trại Z30-C tại Ngã ba Hàm Tân đi Phan Thiết. Tới đây thì cải tạo được côn an quản lý. Tuy nhiên, *biệt thự* vẫn là mái tôn vách thiết nhưng ba thằng được nằm ngủ gần nhau trên *từng lầu* - mỗi đứa bảy tấc. Tối tối ba thằng ở Đội 41 *con bà phước*, có thêm một tên thiếu úy Cảnh sát Quốc gia là Lâm Bác Văn, đói meo nằm kể chuyện đời xưa, nhìn qua dãy bên kia của mấy thằng gốc ở Hố Nai Gia Kiệm. Tụi nó được thăm nuôi đầy đủ, không ăn cơm tù nên treo *bánh bẹp* bột mì trên dây kẽm gai phơi đồ mà thèm chảy nước miếng.

Ở đây được chừng một tuần, tôi bị *hai-thằng-lãnh-một-cái-còng-số-8* - hình như với một trong ba quan là Thiếu tá Nguyễn Văn Quí, Đại úy Huỳnh Thanh Tòng, và Đại úy Nguyễn Xuân Thanh - đi trại trừng giới A-20 Xuân Phước thuộc huyện Đồng Xuân tỉnh Phú Yên họp mặt với toàn *danh trấn giang hồ* Vũ Ánh, Nguyễn Tú Cường, Phan Văn Mùi, Trần Danh Sang, Nguyễn Chí Thiệp, *Tư Rè* Nguyễn Ngọc Tiên, Khuất Duy Trác, *Sáu Dảnh* Nguyễn Sĩ Trí, Bùi Đạt Trung, và vân vân. Nằm trong thung lũng chung quanh toàn núi non hiểm trở, đây là một trong những trại cải tạo lớn nổi tiếng vì điều kiện sống rất khắc nghiệt khí hậu khô nóng và lao động khổ sai.

Sau khi tôi *đổi đi* rồi, Trương Quốc Thái được thả về Túc Trưng - Gia Kiệm làm rẫy, Lâm Bác Văn và Hồ Danh Lịch *cố thủ* tại Z30-C. Hồ Danh Lịch tức là Soạn giả Thanh Lịch lên ban văn nghệ, tại đây sáng tác bài Hoài Cảm Đêm Trăng theo thể cổ nhạc Văn Thiên Tường bị chụp mũ bêu xấu chế độ và sáng tác không xin phép bị nhốt xà-lim ba mươi ngày gia hạn thêm năm ngày nữa. Ra chuồng cọp, nhơn cơ hội ba tay đờn cổ nhạc được thả về, Lịch tay đờn lục huyền cầm cổ nhạc tức guitare phím lõm được Nhạc sĩ Trần Ngọc Thạch *mời và bảo đảm* trở lại cùng hợp tấu với tay đờn kìm Nguyễn Văn Banh.

Rồi hồn ai nấy giữ. Mãi tới sau khi ra tù tôi mới gặp lại Kha Lăng Đa. Trái với thể loại *thơ lè phè* với giọng văn dí dỏm nổi tiếng hầu như độc nhứt vô nhị viết cho Lý Tưởng ngày xưa, Kha Lăng Đa nghiêm nghị, trầm trầm, và ít nói. Ai mới gặp lần đầu không dễ gần gũi kết thân. Nhưng nghe kể lại cũng hay *bốc đồng*, đi phòng trà ca nhạc anh phóng lên sân khấu ca vọng cổ lại được vỗ tay hoan nghinh hết lời. Trong đầu óc anh chứa đủ thứ chuyện trên đời. Anh làm thơ, viết văn, soạn tuồng cải lương, đờn lục huyền cầm, và ca cải lương hầu như đủ bài bản ba nam sáu bắc. Trong trại ảnh dạy tôi cổ nhạc trong khi tôi học tân nhạc với Nhạc sĩ Hiếu Anh - anh ruột của Võ bị Nguyễn Trí Phúc.

Về văn chương chữ nghĩa trước Bảy Lăm tôi chỉ mới tập tành thỉnh thoảng mới viết một hai bài chớ chưa thành nhà văn như anh bạn đã nổi tiếng. Tới bây giờ tôi vẫn chưa biết và sẽ không bao giờ viết nổi một bài *văn phú, điếu văn,* và bài *hát nói,* vậy mà anh làm được. Khi người bạn thân từ hồi trung học của tôi là Phượng Hoàng Phan Ngọc Hưởng qua đời tại Saint Louis, Missouri, anh viết cả điếu văn nói về thân thế học trò nghèo miền quê Phước Đông và sự nghiệp oai hùng của phi công Phi đoàn 514 khu trục Phan Ngọc Hưởng cùng tuổi Lịch.

Trong giấy tờ Hồ Danh Lịch sanh năm 1946, ban đầu tôi tưởng ảnh nhỏ hơn tôi hóa ra ảnh tuổi Mùi 1943 nhập ngũ Khóa 19 Thủ Đức tháng Mười 1964 trước tôi nguyên cả một năm và tới khi *đứt phim* anh đã lên tới thiếu tá nhưng đi ở tù chung với đại úy chắc anh nghĩ chưa nhận được nghị định lên lon. Hồi đó Miền Nam trong vĩ tuyến 17 có bốn vùng Chiến thuật - trừ vùng III, thì anh tung hoành tới ba vùng, từ Phi đoàn 114 Sao Mai cát trắng thùy dương ra tới miền giới tuyến cực bắc là Phi đoàn 110 Thiên Phong, rồi lại về Phi đoàn 122 Họa Mi đồng bằng Sông Cửu Long. Đi khắp ba vùng chiến thuật rất nhiều nơi mà *phục vụ đơn vị cuối cùng* là trại cải tạo!

Mang thân phận tên tù cải tạo bảy năm, hai *giặc lái* được thả về mãi lo cơm áo hụt hơi và đề kháng tuyên truyền của giặc cộng. Mãi tới khoảng năm 1990 tôi mới có dịp xuống xã Cần Thạnh quận Cần Giờ thăm anh. Lúc nầy anh trông y chang một ngư phủ thứ thiệt trở lại nghề cũ hồi còn nhỏ hằng ngày làm *ngư ông và biển cả* -dùng ghe xuồng đi bắt cá tôm cua nuôi gia đình gồm hai vợ chồng và năm đứa con đang tuổi lớn. Như các con tôi, chúng nó đứa lớn phụ cha mẹ làm ăn và giúp chăm sóc đàn em, không hề biết vui hưởng thời thơ ấu.

Ra hải ngoại người bạn tôi viết rất nhiều, đã xuất bản ít nhứt ba tác phẩm mà toàn Hoa vì anh là người *yêu hoa*. *Hoa Huệ Trắng* xuất bản 2001, *Hoa Hướng Dương* in 2004, và *Hoa Mai Lại Nở* trình làng năm 2023, và còn nữa cuối năm nay hay đầu năm tới. Cái vụ *yêu hoa biết nói* anh kín tiếng thiệt. Không như tôi hiền nhứt trong đám phi công mà còn *nầy kia kia nọ* chút chút, chưa bao giờ nghe anh kể chuyện *văn nghệ văn gừng* có thể anh là người Công giáo thuần thành một khi lãnh *án chung thân* với vợ hiền thì không hề nhảy rào; nếu có cũng được khoan miễn giảm tội!

Nghĩ quỹ thời gian không còn nhiều, năm 2023 tôi xách xe chạy xuống Saint Louis, Missouri, thăm anh *luận bàn thế sự* và ngủ lại chơi với anh mấy đêm. Lúc ấy *người* có vẻ cũng hơi hơi *ông già*, làm y tá chăm sóc cho phu nhơn bị bịnh Alzheimer. Mặc dầu thời chinh chiến tôi chưa quen biết Nhà văn Kha Lăng Đa nhưng từ ngày vô tù tới khi ra hải ngoại và mãi tới bây giờ, chúng tôi là hai người bạn thân ngoài đời cũng như trong làng văn hội báo. Anh Hồ Danh Lịch và đồng thời Nhà văn Kha Lăng Đa mãi mãi là một người bạn rất chí tình.

## Nhà văn Mai Nguyên

Lâu lắm rồi lúc tôi mới tập tành vô làng văn chữ nghĩa được đọc những bài thấm đượm tình yêu quê hương của Mai Nguyên là tôi kết liền nên lúc qua Cali nhờ người bạn Phi công Đào Trọng Vũ đưa đi tới Thành phố Newbury Park thăm chị. Một người xuất thân là tiểu thơ đài các chưn giày chơn guốc - *chân bên nầy mang giày bên kia mang guốc* - học trường Tây làm hãng Tây hãng Mỹ hằng ngày toàn tiếp xúc với ánh sáng văn minh và một người gốc dân ruộng sống trong vùng xôi đậu mãi tới năm đệ Nhứt mới rửa hết phèn, vậy mà sao rất hạp với nhau!

Thời Việt Nam Cộng Hòa, dù chưa có bằng đại học, năm mười chín tuổi chị đã làm thơ ký cho ông Derheudre, Tổng Lãnh sự Bỉ tại Sài Gòn và vì ông nầy cũng là Giám đốc của Société Génerale de Surveillance nên *phải* làm luôn hai bên mãi bốn năm

LỜI NÓI ĐẦU | 15

sau đó mới sang làm cho Hãng Đại diện Thương Mãi (Commercial Representative) Connell Bros Co. suốt mười tám năm. Mười hai năm sau cùng chị đạt tới *tuyệt đỉnh danh vọng* - Administrative Manager, chữ của chị - "sướng sang đủ vẻ cho tới ngày mất nước."

Lúc tôi tới nhà, chỉ có hai ông bà *chưa già* - chỉ lớn tuổi - lấy nhau từ năm 1967. Thời đó mà phụ nữ mãi tới năm ba mươi mốt tuổi mới lập gia đình chắc hơi *bị ế!* Phải kể tới anh Nguyễn Quốc Tùng là một phần đời của chị. Ông xã từng đi du học Mỹ và từng tập sự với Luật sư Mỹ Vecchi nhưng chưa tự hành nghề thì đứt phim. Thoát không khỏi số phận, cùng với *ngụy quân ngụy quyền* miền Nam, Trung úy Nguyễn Quốc Tùng cũng mang ba-lô vô trại tập trung học tập chánh sách của *nhà nước kách mệnh.*

Từ ngày *phỏng giái* miền Nam, *kách mệnh giải phóng* hết nhà cửa Sài Gòn đuổi *dân ngụy* ra đường khiến cả nhà chị phải rày đây mai đó. Thời bao cấp gạo châu củi quế chị sống lây lất qua ngày thăm nuôi chồng, nuôi em, và nuôi bạn. Sau khi ảnh ở tù được ba năm, chị mới có đủ cơ hội và khả năng đạo diễn cho ảnh trốn trại và lo cho ảnh vượt biên. May mắn bà mẹ, ông chồng, và thằng con duy nhứt mới sáu tuổi ra khơi tới Thái Lan "thành công tốt đẹp, quá cám ơn Trời!" Nhờ Trung úy Nguyễn Quốc Tùng từng đi du học Mỹ nên chỉ trong vài tháng ba người được nhận định cư tại Cali năm 1979.

Trong khi ở lại với cha già còn phải lo cho mẹ chồng, chị tiếp tục sống cuộc đời dân nô lệ miền Nam thua cuộc, vượt biên tới chín lần nhưng tiền mất tật mang: bị gạt bị tù đày nhiều lần. Mãi tới bốn năm sau, chị và ông già mới được em gái bảo lãnh sang Mỹ đoàn tụ cùng chồng con và bà mẹ năm 1983. Nhiều người thoát khỏi miền Nam hồi 1975 hoặc vượt biên sau nầy đều *sang sông* vì cứ nghĩ ngàn trùng xa cách và vĩnh viễn xa nhau. Nhưng với thời gian bốn năm xa vắng độc thân cô đơn nầy, *bị* nhiều mệnh phụ phu nhơn quyến rũ trong đó có cả bạn chung của anh chị, anh Tùng vẫn giữ được cái "sạch sẽ trí hạnh" mặc dầu biết bao cám dỗ vây quanh như chị hạnh phúc hết lời khen ông xã.

Chỗ nầy xin mở dấu ngoặc nói thêm một chút về tình nghĩa vợ chồng. Các bạn tôi quen vọt hồi đứt phim và những người vượt biên sau đó đều mắc bịnh *phàm phu tục tử* hết không trừ một ai. Chồng người nầy vợ người kia qua Mỹ ráp lại liền vì nghĩ *một đi không trở lại;* những người lẻ bạn ở lại sau một thời gian coi xứng đào xứng kép cũng lên sân khấu đóng vai chánh. Khờ khờ như tôi từ nhỏ tới lớn chẳng biết *o mèo* mà cũng không cưỡng lại được một khi phụ nữ rủ quyến mình, nhứt là sống trong một xã hội văn minh như xứ cờ hoa!

Không như đa số *tù cải tạo* đi định cư theo diện HO chỉ làm chuyện tay chưn, chỉ vài tháng sau khi tới Mỹ năm 1983, với vốn ba thứ tiếng Anh Pháp Việt chị Mai Nguyên đi làm thơ ký cho hãng Computer Tandon Corp ở Cali. Sau thời gian ổn định cuộc sống, chị bắt đầu viết sách. Chị viết say mê viết không ngừng nghỉ viết về tình người về đất nước về Mẹ Việt Nam, được ca tụng lên tới mây xanh nhưng chị chưa nhận được một đồng bạc lẻ về cái nghiệp văn chương như đa số nhà văn Việt Nam - trừ Nhà văn Trường Sơn Lê Xuân Nhị từng viết tiểu thuyết và feuilletons kiếm tiền!

Chuyện bút danh của chị giống như của Nhà văn Trà Nguyễn đầu là ngẫu nhiên. Vợ là Mai Ánh Tuyết và chồng là Nguyễn Quốc Tùng nên ghép hai họ Mai - Nguyễn thành Mai Nguyên, dùng làm bút hiệu luôn khi chị bắt đầu viết sách. Như chị từng tâm sự, từ nhỏ tới lớn chị chẳng bao giờ ham mê đọc sách văn chương cũng có lý do của nó: chị từng sống trong nhung lụa nên chưa cảm được hơi thở của thời gian và tiếng nấc của quê hương. Nhưng chỉ tám năm sống dưới chín từng địa ngục đủ để chị nhìn thấy được sự băng hoại của xã hội miền Nam dưới nanh vuốt Bắc cộng, và nó thể hiện trong tác phẩm của chị.

Trong hơn ba mươi năm đèn sách, Nhà văn Mai Nguyên viết trung bình mỗi năm một cuốn đủ loại hình văn học: tiếng Việt tiếng Anh, truyện ngắn truyện dài, tùy bút tản mạn, và cả biên khảo nữa. Có thể liệt kê một số tác phẩm tiêu biểu như sau đây: *God's Will - Ý Trời, Little Daisy - Tiểu Cúc, Giọt Buồn Trên Quê Hương, Shadow Of Happiness, Thoáng Giây Hạnh Phúc, Sĩ Phu Nước Việt, Là Biết Xa Nghìn Trùng, Tình Yêu Có Thật - True Love, Vẫn Cứ Là Đêm, Duyên Ai Nấy Gặp, A Certain Kind Of Life - Một Cuộc Đời Nào Đó, Thừa Kế - Con Đường Việt Nam*, vân vân.

Nhà văn Mai Nguyên tuổi Tí sanh năm 1936 tại Sài Gòn, năm nay vừa mới 88 xuân xanh, con số rất ám ảnh, tôi bị một cái còng số 8 đã bầm dập còn đây tới hai số 8! Chị vẫn còn minh mẫn như ở tuổi bốn năm mươi mặc đầu có hơi hơi bị bịnh - *bịnh lớn tuổi* - đi đứng hơi khó khăn, hiện cư ngụ tại ngôi nhà cũ mấy mươi năm trước lúc tôi ghé thăm ở Tiểu bang California. Chị rất thiệt tình - tôi dùng chữ *thiệt tình* chớ không phải *thiệt thà*, vụ nầy chưa chắc - không chuyện gì là chị không kể cho tôi biết, trừ chuyện phòng the. Ngoài ra, nhìn chữ viết tay rất to tướng như dòng thác đổ không cần phải là thầy bói cũng có thể đoán biết cách cư xử của chị rất đàn ông!

Dù trong người chị đầy *nam tánh* như vậy nhưng chị cũng yếu bóng vía như phụ nữ Mỹ kết hôn đổi theo họ chồng một cách mặc nhiên có lẽ theo văn hóa Tây phương và như vậy để tiện vấn đề thừa kế! Hầu hết người Việt mình kết hôn ở đây đều đổi họ - nhưng chị kết hôn ở Việt Nam mà! Lấy chồng thì cứ lấy chồng mắc gì phải đổi họ? Thêm nữa, tôi còn phê bình chị bị nhồi sọ ngôn ngữ. Người miền Nam kêu cha bằng *ba, cha, tía, ông già* sao chị gọi là *bô*? Chị nói tại anh Tùng là Bắc kỳ! Vậy cho nên ngôn ngữ trong văn chương chị viết theo giọng *Bắc kỳ lai*!

Từ xưa tới giờ - trừ trong gia đình và bà con - tôi chưa hề xưng em với bất cứ ai như vẫn thường thấy trong đời thường hoặc trong nhà binh đối với người lớn tuổi hoặc lớn cấp bực hay sếp của mình. Dù không thể thốt cắt máu ăn thề *kết nghĩa vườn đào* nhưng tôi coi Nhà văn Mai Nguyên là một người chị kết nghĩa, chị cùng tuổi với chị lớn nhứt (chị cả kêu theo người Bắc) Ngô Thị Ai của tôi. Tôi không biết chị thích màu gì nhưng ngoài viết lách chị rất mê hoa lá thiên nhiên và yêu thú cưng đồng thời động lòng trắc ẩn trước thảm cảnh của người khác biểu lộ một tâm hồn hiền hòa và nhơn đạo của một phụ nữ miền Nam.

Lúc tôi viết Lời Nói Đầu cho cuốn truyện Chuyện Vợ Chồng nầy là gần cuối năm 2024, như hầu hết các cặp vợ chồng lớn tuổi sống ở xứ cờ hoa, chị đã sẵn sàng *về trển* không hề lo lắng và không hề sợ hãi. Chị tâm sự ai ai cũng phải tới giai đoạn nầy thì cứ vui sống qua ngày chờ qua đời, buổi sáng thức dậy còn bước ra khỏi giường là còn có phước, "Lão gia đã 88 tuổi đời, bị Sciatica gần hai năm (nghe chữ "thần kinh tọa" mà ghê), ông xã thì bị throat cancer mới tạm ngưng làm Chemo sau sáu tháng chờ sẽ test lại trong vài tháng. Nghĩa là nhà có hai ông bà già đều ở cuối đường tàu, không biết khi nào phải bước xuống sân ga."

Nói chung, cuộc đời chị tương đối suôn sẻ, chắc kiếp trước chị khá tu nên đời nầy *Phước Lộc Thọ* chị đều được hưởng, trừ cậu quý tử con một và đứa con dâu người ngoại quốc hơi rắc rối chút xíu nhưng bù lại được hai thằng cháu nội ngon lành, và trừ tám năm thử thách trước nghịch cảnh đảo đời. Tôi hẹn gặp nhau tại Sài Gòn, Nhà văn Mai Nguyên nói "Lão gia đã 88 tuổi đời[1] chắc không hy vọng thấy được Sài Gòn. Thôi thì hẹn gặp Ngô Sỹ Hân với Trà Nguyễn và Phạm Khắc Trung bên kia thế giới nếu có duyên!"

---

1. *Trước khi tác phẩm nầy xuất bản, Nhà văn Mai Nguyên đã lên 89 nhưng chị vẫn còn sáng suốt.*

# Nhà thơ Võ Ý

Đi lính tháng Chín 1965 ra trường năm 1966, tôi về phục vụ tại Phi đoàn 112 Thanh Xà ở Biên Hòa, khởi bắt thăm nhờ hạng ba đồng hạng với Nguyễn Văn Ái. Vùng III Chiến thuật tương đối yên, tôi làm việc như công chức sáng đi chiều về; vài ba tháng mới đi biệt phái một lần mười lăm ngày. Và vốn mát tay, suốt đời binh nghiệp hầu như tôi không có dự một trận chiến ác liệt nào. Mãi tới tháng Tám năm 1973 từ giã vợ con tại cư xá Nguyễn Thống, tôi vác ba-lô đi Pleiku phục vụ tại Phi đoàn 118 Bắc Đẩu chỉ mới thành lập năm 1971.

Từ Phi đoàn 112 Thanh Xà, ban chỉ huy nghĩ tôi đi một mình buồn nên cho Đại úy Trần Lợi Tường[2] theo *hộ tống*. Người chúng tôi trình diện đầu tiên

---

2. *Sau, Đại úy Trần Lợi Tường đi ra Nha Trang làm thầy tại Trung tâm Huấn luyện Không Quân Nha Trang. Ở hải ngoại thời gian gần đây nghe Đại úy Trần Lợi Tường xuất gia đi tu bên Phật giáo đã lâu.*

là Thiếu tá Võ Ý, sau đó không nhớ bao lâu anh lên Trung tá. Hồi ấy đã nghe danh *ông thần Võ Ý* - ngoài chuyện *danh trấn giang hồ* - nổi danh thơ tình lãng mạn trong Đặc san Lý Tưởng. Anh còn phụ trách trang "Không Quân Ngoại Truyện" chuyên viết lý lịch các nhơn vật quan trọng qua giọng văn dí dởm nhưng không làm ai mích lòng, như nói về Thiếu tá Trần Dật thì anh đặt tên là Ông Dật Dờ.

Anh tuổi Thìn sanh năm 1940 tại Đà Nẵng mặc dầu chánh quán là Phú Vang, Thừa Thiên, đầu tiên gia nhập Khóa 17 Lê Lai Trường Võ bị Quốc Gia Việt Nam - nói tắt là Võ bị Đà Lạt - vào cuối năm 1960. Cũng như sĩ quan xuất thân từ các quân trường trước nay, anh được tuyển qua Không Quân làm phi công các Phi đoàn 110 Thiên Phong ở Đà Nẵng và Phi đoàn 114 Sao Mai -Nha Trang, rồi Trưởng phòng Kế hoạch Hành quân Không Đoàn 62 Chiến Thuật, tới Văn phòng Tham Mưu Phó Hành Quân Sư đoàn 2 Không Quân Nha Trang. Và cuối cùng là Trung tá Phi Đoàn trưởng Phi đoàn 118 Bắc Đẩu thuộc Sư đoàn 6 Không Quân đồn trú trong Phi trường Cù Hanh.

Lòng vòng khu tôi ở ít nhứt có ba dãy ba-rắc cũ do đồng minh để lại, không cứ dành riêng cho độc thân hay gia đình. Dãy ngang có gia đình Đại úy Hảo[3] là Phi đội trưởng Phi đội 259B Trực thăng Cứu thương và của Đại úy Lê Văn Khám 118. Mặt xoay ra đường có Đại úy Nguyễn Văn Thông 118

---

[3]. Tôi nhớ tên Đại úy Hảo (không nhớ họ) nhưng Đại úy Nguyễn Đức nói là Đại úy Tạ Thành Nhân cùng khóa với Đức, trong khi Trung tá Võ Ý nói là Đại úy Trịnh Duy Hảo.

và một Trung úy kỹ thuật mà sau nầy ra hải ngoại chuyên viết điểm sách là Nhà văn Nguyễn Mạnh Trinh. Đầu kia dãy tôi là gia đình Đại úy Trần Quang Khải 118 - *Khải Lửa* dân Long An, giữa là vợ chồng Chú Di Nguyễn Văn Ổi 118, và phòng cuối gồm nhiều nhơn vật quan trọng.

Ngoài hai em Thiếu úy *Mặt Đỏ* Nguyễn Văn Hiếu coi Quân khuyển và Thiếu úy *Đẹp Trai Cao Ráo* Nguyễn Văn Quang thuộc Phòng Hành quân Sư đoàn, có lẽ mất tích lúc di tản năm 1975, các *nhơn vật quan trọng* thời đó là Nhà thơ Nguyễn Đức với biệt danh Người Cày Có Ruộng, Đại úy Nguyễn Đình Ngọc từ Biên Hòa theo Thiếu tá Võ Công Minh ra thành lập Phi đoàn 118, Đại úy Trần Lợi Tường, và Đại úy Ngô Tấn Nào cũng từ Biên Hòa đổi ra, cùng nấu cơm ăn chung. Sau có thêm Đại úy Lê Văn Nhu là *Anh Bu Nhu*. Đó là chưa kể dãy tụi tôi mặt xoay về hướng tây là của vợ chồng Đại úy Phạm Lự cùng khóa với tôi.

Cái đáng kể là dãy song song hơi lệch một chút đâm thẳng vô nhà Đại úy Hảo là *tư dinh* của hai nhơn vật quan trọng nhứt nhì của phi đoàn là sếp trưởng và sếp phó. Thiếu tá Nguyễn Văn Được[4] Phi đoàn phó học Khóa 8 Thủ Đức cùng khóa với nhà thơ Nhật Hồng Nguyễn Thanh Vân từng làm Tiểu Đoàn trưởng Tiểu đoàn 82 Biệt Động Quân biên phòng. Có lần anh đáp xuống sân trại Ben

---

4. *Hiện bà xã cuối đời - chị Vũ Thanh Mỹ nữ sinh Trưng Vương - của Thiếu tá Nguyễn Văn Được Phi Đoàn trưởng 118 cuối cùng, sau khi Trung tá Võ Ý đi học Tham mưu Cao cấp ở Long Bình, đã vô nhà dưỡng lão.*

Het bốc Thiếu tá Nguyễn Thanh Vân về phép. Còn ông trưởng, Trung tá Võ Ý từng cứu bồ mấy chàng phi công vi phạm an phi. Đó cũng là… cái tội! Cả hai ông sếp đều đã học hết chương cuối của bí kíp Không Quân là *không bỏ anh em không bỏ bạn bè và… tài hoa!*

Một sĩ quan tài hoa - nhứt là phi công - không ai có thể cưỡng lại sự tấn công của phụ nữ bởi họ có những đòn phép tạo tâm lý tự mãn cho người nam có cảm tưởng mình là kẻ chiến thắng. Hóa ra tất cả đàn ông đều lọt bẫy thú đau thương *yêu là khổ không yêu là lỗ* của phụ nữ mà mình không biết. Sau cuộc đảo đời khi mình đi ở tù không án, lúc đó mới biết đá vàng, *chưa thấy quan tài chưa đổ lệ!* Nay, Ông Võ Ý là một Phật tử thuần thành, *người* có vẻ yên phận và đã *cải tà qui chánh* để chuộc lỗi lầm thời trai trẻ đối với phu nhơn.

Đối với nhơn viên anh hết lòng và *chơi lớn*. Anh từng làm chủ hôn cưới vợ cho Trung úy Lê Văn Tấn, cho mấy chiếc phi cơ Cesna U-17 đi rước dâu từ Qui Nhơn về Pleiku, lại có thêm hai chiếc L-19 hộ tống! Ngoài ra anh còn can thiệp vụ Thiếu úy Nguyễn Ngọc Bích bị địa phương quân ở Ban Mê Thuột hành hung đến nỗi phải nằm bịnh viện. Trung tá Võ Ý gặp đơn vị trưởng, "Nhân viên phi đoàn tôi bị bề hội đồng đến trọng thương bắt buộc tôi phải làm phúc trình rút biệt đội về." Kết quả phía kia phải xin lỗi và hứa hẹn đủ điều!

Đầu năm 1975 anh dự khóa Tham mưu Cao cấp tại Long Bình để sau đó sẽ nắm chắc cái lon đại tá, nhưng không còn kịp nữa rồi, anh bị giam cầm trong các trại cải tạo của cộng sản trong suốt mười ba năm, và ra hải ngoại định cư tại Thành phố Saint Louis thuộc Tiểu bang Missouri mà năm 2000 lên dự đám cưới của đứa con gái thứ nhì Thùy Linh của tôi cùng với Phan Ngọc Hưởng 514 Phượng Hoàng, Hồ Danh Lịch tức Nhà văn Kha Lăng Đa, *Thầy* Trần Thanh Minh và phu nhơn ca sĩ, Nhạc sĩ Võ Thọ, và Bùi Kim Cương Xây dựng Nông thôn.

Trước 1975 Võ Ý chưa hay không in tập thơ nào. Ra hải ngoại, Nhà thơ Võ Ý viết và xuất bản không nhiều nhưng tác phẩm nào của anh cũng có chiều sâu, phản ảnh sự suy tư về chiến tranh Việt Nam, những nỗi đau và mất mát, cũng như lòng yêu nước. Các tác phẩm của anh như *"Lý Lịch Dọc Ngang Của Thảo"* (2003) và *"Tổ Ấm Bay Về"* (2013) thể hiện rõ những trải nghiệm chiến tranh và cuộc sống trong quân ngũ. Đặc biệt, tác phẩm *"Tuyển Tập Bắc Đẩu Võ Ý"* (2018), và gần đây nhứt *"Thơ Ý"* (2023) là một bộ sưu tập phong phú về cuộc sống của các phi công không quân và những câu chuyện về tình huynh đệ chi binh.

Nhà thơ Võ Ý còn góp mặt trong ít nhứt ba tác phẩm: *Một Thời Lưu Lạc*, tuyển tập thơ do Cội Nguồn xuất bản 1997, *Lưu Dân Thi Thoại*, bút luận 25 năm Thơ Hải Ngoại cũng do Cội Nguồn phát hành năm 2003, và *Tuyển tập 15 Năm Nguồn Thơ Hải Ngoại* in năm 2018. Ngoài ra anh còn cộng tác với Cơ sở Thi Văn Cội Nguồn và Nguyệt san Nguồn ở San Jose của Song Nhị và Lê Văn Hải; Đặc san Lý Tưởng của Tổng hội Không Lực Việt Nam Cộng Hòa; Đặc san Ngàn Sao của Không Quân Houston,

Texas; Đặc san Không Quân Bắc California; Nguyệt san Đa Hiệu của Tổng hội Cựu Sinh viên Sĩ quan Trường Võ bị Quốc Gia Việt Nam; Đặc san Lý Tưởng Úc Châu; và Trang nhà Hội quán Phi Dũng California.

Bên cạnh viết văn, Nhà thơ Võ Ý cũng hoạt động trong lãnh vực thơ ca và là thành viên tích cực của nhóm Cội Nguồn tại San Jose. Các tác phẩm của anh chủ yếu xoay quanh những kỷ niệm chiến tranh, sự chia ly, và tình đồng đội trong Không Quân. Ngoài ra có lẽ là sở trường anh thích tổ chức đại hội, từ đại hội phi đoàn tới đại hội quan sát đến đại hội sư đoàn. Cụ thể sau cả năm vận động, tháng Mười Một 2024 vừa qua anh tổ chức Đại hội Sư đoàn 6 Không Quân tại Nam California thành công mỹ mãn.

Tôi chưa từng nói chuyện tới vài ba phút với sếp Trung tá Võ Ý nhưng lại có rất nhiều kỷ niệm mà đa số là *không đẹp*. Hồi ở Pleiku tôi chỉ là nhơn viên thường không có nhu cầu liên lạc với phi đoàn trưởng nên hầu như không có nói chuyện cũng không đi ăn uống nhậu nhẹt với ban chỉ huy. Lúc ủy ban trao trả tù binh cần sĩ quan có cử nhơn luật anh hỏi tôi ghi danh nhưng lúc ấy tôi chưa xong. Nghĩ tôi là người *có học* và *đàng hoàng*, ngoài đi bay chỉ là con mọt sách chớ chẳng biết gì khác, anh trao *Tình Thơ Phố Núi* của Kỳ Nam cho bà xã tôi nhơn dịp phu nhơn ra thăm khiến tôi xấu mình năn nỉ mấy ngày trời.

Tôi không hăng say mà chỉ làm việc tà tà *nước chảy lục bình trôi* nên bị tống đi cho rảnh mắt. Là đại úy nhơn viên thường không chức sắc nên tôi *được biệt phái* lên Phòng Tham Mưu phó Hành quân của Trung tá Lưu Đức Thanh[5] - Thanh Mắt trườu - làm Ban Kế hoạch của Thiếu tá Trần Ngọc Hà tức Nhà thơ Trần Ngọc Nguyên Vũ bạn học của Nhà thơ Hà Linh Bảo. Ban nầy không có chuyện làm nên nhơn dịp về phép mười ngày mà tôi đi *mút mùa lệ thủy* bị Trung tá Lưu Đức Thanh *quạt* tơi bời hoa lá.

Năm 1975 nhơn chuyến đi phép về Biên Hòa, tôi đem lương về Long Bình cho anh cũng chỉ nói vài ba câu rồi chia tay. Hồi đó cứ nhơn luật tôi học *sáu năm* chưa xong mà bảy năm đã đậu *tiến sĩ cải tạo* trong khi anh Võ Ý tới sau mười ba năm không biết đậu tới bằng cấp gì! Cũng hây, ở tù về hai ông bà mở quán café ở gần Ngã tư Hàng Xanh tôi từ Biên Hòa xuống thăm tình nghĩa. Dịp nầy tôi được biết thêm tin tức một số anh em trong phi đoàn, và Thiếu tá Trưởng Phòng Hành quân Lê Văn Luận cùng Trung tá Hà Thuyên vùi thây dưới đáy đại dương trong chuyến vượt biên.

Ra hải ngoại *người* có vẻ thích tôi. Mỗi lần tôi qua Cali, anh hay rủ về nhà ở và đưa tôi đi chỗ nầy chỗ nọ và giới thiệu người nầy người kia: dắt gặp Luật sư Đỗ Thái Nhiên chỉ quen qua thơ từ bài vở lúc tôi làm tờ Quê Hương Hải Ngoại chớ chưa gặp mặt và *diện kiến* Người-lính-viết-văn Phan Nhật Nam trong hội ngộ trường Phan Châu Trinh Đà Nẵng.

---

5. *Trung tá Lưu Đức Thanh bị bắt cùng với Chuẩn tướng Phạm Ngọc Sang Tư lịnh Sư đoàn 6 Không Quân và Trung tướng Nguyễn Vĩnh Nghi Tư lịnh mặt trận Phan Rang tối ngày 16/4/1975 khi cộng sản tràn ngập.*

Đồng thời anh giới thiệu chương trình Nghĩa trang Việt Nam Cộng Hòa do Bác sĩ Ca sĩ Trung Chỉnh khởi xướng mà nay đã hủy bỏ. Ngoài ra trong Đại hội Bắc Đẩu 118 lại hân hạnh *diện kiến* ông già Ngộ Không Phí Ngọc Hùng[6] sau nầy sanh hoạt chung trong Văn Bút Nam Hoa Kỳ.

Không cần phải thông minh cũng hiểu ra rằng hồi ở phi đoàn Trung tá Võ Ý chẳng thân thiện với tôi nhưng bây giờ ở tuổi giữa tám-chín mươi Nhà văn Võ Ý có vẻ thích tôi - không biết nhận xét như vậy có đúng không - đối xử thân tình như anh em, mặc dầu một số nhơn viên phi hành trong phi đoàn cho rằng anh thâm trầm và nhiều tham vọng. Cũng được thôi, ai chẳng có tham vọng. Đi lính ra trường làm trung đội trưởng muốn lên đại đội tiểu đoàn, đang đại úy muốn lên thiếu tá, trung tá thì hẳn muốn lên đại tá là chuyện thường tình. Thiệt sự mà nghĩ nếu chưa *đứt phim* thì trong thời gian ngắn thế nào anh cũng bắt cái lon đại tá!

Sau thời gian tù đày được ra hải ngoại hiếm thấy có phi đoàn nào gắn bó - có thể tôi chủ quan - như anh em Phi đoàn 118 Bắc Đẩu. Vừa mới định cư đầu tiên ở Saint Louis, Missouri, anh Võ Ý gom anh em lại thành Gia đình Bắc Đẩu và hầu như mỗi năm đại hội một lần để yểm trợ các Bắc Đẩu còn kẹt tại quê nhà, điểm danh, và báo cáo với Thiên đình và các sếp như Chuẩn tướng Phạm Ngọc Sang cùng Đại tá Không Đoàn trưởng 72 Chiến thuật Lê Văn Bút, ai đã bay vào phương trời miên viễn và

---

6. *Hiện ông nhà văn nầy làm Phó Chủ tịch Trung tâm Văn Bút Nam Hoa Kỳ trụ sở tại Texas.*

ai còn hiện hữu trên thế gian để mơ về một không gian mây trắng trời xanh.

Bây giờ phi đoàn đâu còn bao nhiêu người nữa, có thể đếm trên đầu ngón tay. Chắc chắng nhớ tôi là gốc bộ binh và không biết tôi là dân hướng đạo, khi tôi ghé ở lại nhà, sau khi chỉ chỗ thức khuya làm việc và chỗ ngủ trên xa-lông anh đem mền gối để sẵn và căn dặn khi ngủ phải mặc áo ấm kẻo bị cảm lạnh. Biết tôi uống café hầu như liên tục suốt ngày và hay dậy sớm trong lúc cả nhà còn yên giấc điệp, anh hướng dẫn cách pha café từng chút - chuyện nầy tôi quá rành, chỉ cần đảo qua một vòng nhà bếp là tôi đã *nắm vững tình hình.*

Gần đây nhứt sau Đại hội Sư đoàn 6 Không Quân, khi tôi bị khan tiếng chính tay anh pha nước chanh gừng cho tôi. Bữa sáng sớm trước khi đưa tôi ra phi trường trở về lại Michigan, anh còn đưa kẹo ho để ngậm và mấy cục sô-cô-la bỏ hờ theo dọc đường. Mặc dầu Trung tá Võ Ý với tư cách Phi Đoàn trưởng 118 Bắc Đẩu không thân thiện với Đại úy Ngô Tấn Nào nhưng Nhà thơ Võ Ý *có vẻ* thân và thương Ngô Sỹ Hân, có thể vì chúng tôi cùng chung niềm đau mất nước và cùng chung ước vọng cuối đời với thế hệ tiếp nối,

"*Góp một bàn tay cho Việt Nam thoát cảnh đọa đày,*
"*Góp một nhịp tim cho Việt Nam ngẩng mặt với đời.*" (Thơ Ý).

Anh là một người bạn một người anh tận tình và rất chu đáo.

## Nhà thơ Yên Sơn

Lúc chủ trương tờ Nguyệt san Quê Hương Hải Ngoại thì tôi mới biết Việt Nam Cộng Hòa mình còn có danh phận trong Văn Bút Quốc Tế -VBQT với tên gọi Văn Bút Việt Nam Hải Ngoại -VBVNHN. Nghĩ tôi có chút ít *chữ nghĩa*, bạn bè giới thiệu tôi gia nhập Văn Bút Việt Nam Hải Ngoại qua Trung tâm Văn Bút Ontario, Canada, do Nhà văn Nguyên Hương làm Chủ tịch. Canada lúc ấy còn có một Trung tâm nữa là Trung tâm Quebec do Nhà văn Trang Châu làm Chủ tịch. Ngoài hai Trung tâm ở Canada, Văn Bút Việt Nam Hải Ngoại còn có các trung tâm ngoài Hoa Kỳ như Trung tâm Âu Châu, Trung tâm Úc Châu; và ở Hoa Kỳ có: Tây Nam, Tây Bắc, Nam, Đông Bắc, Đông Nam, và Louisiana

Sau một thời gian rất ngắn thì có khủng hoảng vì lý do gì tôi không rõ. Năm 2008, Houston tổ chức Đại Hội VIII để xác nhận tân Ban Chấp Hành cho nhiệm kỳ 2008-2011 bằng thơ. Đại biểu đại diện các Trung tâm ở Hoa Kỳ và Canada về tham dự đông đủ, ngoại trừ Trung tâm Quebec tuyên bố ngưng sinh hoạt, Âu Châu và Úc Châu gởi điện thơ hứa tuân hành kết quả đại hội. Kết quả là Nhà thơ Nguyễn Đăng Tuấn làm Chủ tịch, Nhà thơ Đào Vĩnh Tuấn đệ nhứt Phó Chủ tịch, Ngô Sỹ Hân đệ nhị Phó Chủ tịch, Yên Sơn Tổng Thư ký, và Nguyễn Hữu Nghĩa Thủ quỹ.

Được khoảng một năm thì Nguyễn Đăng Tuấn bị Ban Chấp Hành và Ban Cố Vấn bãi nhiệm vì những hành xử bất xứng đối với tập thể hội viên VBVNHN. Nhà thơ Vĩnh Tuấn làm Xử Lý Thường Vụ theo Điều Lệ nhưng thực chất Yên Sơn là người điều hành mọi sinh hoạt của VBVNHN trong suốt nhiệm kỳ nầy. Dù vậy, phải nói nhiệm kỳ 2008-2011 là một thời kỳ vững mạnh nhứt của VBVNHN đối với VBQT vì gây được tiếng vang trên văn đàn qua vụ yểm trợ Văn Bút Nhựt Bổn trong đại nạn Sóng Thần, và ba năm liên tiếp công cử ba phái đoàn đại biểu tham dự các Đại hội Văn Bút Quốc Tế:

75th - Linz (Austria), 19-25/10/2009. *Words, words, nothing but words*
76th - Tokyo (Japan), 25/9-01/10/2010. *The Environment and Literature - What can Words do?*
77th - Belgrade (Serbia), 12-18/9/2011. *Literature - Language of the World*

với hai tác phẩm dịch sang Anh ngữ gồm những sáng tác chọn lọc của hội viên VBVNHN đã được bạn bè VBQT đón nhận nồng nhiệt. Và đã tranh đấu thành công với Ban Chấp Hành VBQT cho VBVNHN hoàn toàn sinh hoạt độc lập như những trung tâm khác trên thế giới, chấm dứt vĩnh viễn việc họ xen vào nội bộ Văn Bút Việt Nam Hải Ngoại.

Yên Sơn, tên thiệt là Trương Nguyên Thuận, nguyên quán Quảng Ngãi tuổi Song Ngư[7] vốn là người có thiên hướng văn chương nghệ thuật có óc sáng tạo và có năng khiếu âm nhạc và hội họa, đồng thời cũng kiên trì theo đuổi lý tưởng của mình. Ông nầy thì văn chương đầy mình, mới mười lăm tuổi đã biết làm thơ thường xuyên đăng các báo Phổ Thông, Thời Nay, Phụ Nữ Diễn Đàn, Trắng Đen, và là thành viên Thi Văn Đàn Chim Việt Trà Vinh.

Không như suy nghĩ chung của lớp cha mẹ hồi xưa chẳng ai muốn con cái làm nhà thơ nhà văn mà chỉ hy vọng làm thầy giáo cho nở mày nở mặt, lớp trẻ những sanh viên thời bấy giờ quan niệm nếu không bác sĩ thì cũng phải kỹ sư. Riêng chàng muốn làm bác sĩ nhưng đã học Y khoa tới hơn hai năm rưỡi bèn đổi ý. Lý do là vì có lịnh tổng động viên sau khi Bắc cộng vi phạm thỏa thuận hưu chiến bất thần xua quân đánh khắp các tỉnh thành miền Nam xách động nhân dân miền Nam nổi lên cướp chánh quyền nhưng hoàn toàn thất bại.

Sợ chạy trời không khỏi nắng nên chàng đã tình nguyện gia nhập Không Quân khóa 4/69 trước khi bị gọi quân dịch. Đi lính trước để khỏi bị bắt đi bộ binh, sợ sớm lên bàn thờ xem gà khoả thân, hưởng mùi nhang thì khổ thân. Xem ra thì ông nhà thơ nầy cũng khá trọng tuổi khoảng tôi hoặc có thể lớn hơn mà mãi tới năm 1969 mới đi lính. May mắn hay

---

7. *Tử vi Tây phương nói Tuổi Song Ngư là những người sanh từ 19 tháng Hai tới 20 tháng Ba.*

do số hên được đi Mỹ học lái máy bay về phục vụ nhiều đơn vị, cuối cùng làm việc tại Phi đoàn 821 Tinh Long sau ba năm chàng còn nguyên vẹn để cuối cùng chiều 29/4/1975 chàng an toàn đáp xuống Utapao, Thái Lan - để rồi tiếp tục cuộc hành trình gian nan sống đời tị nạn trên đất Mỹ từ ấy tới nay.

Như hầu hết thế hệ tị nạn cộng sản đầu tiên, chàng trung úy phi công cởi bỏ áo bay và helmet làm đủ thứ nghề để sanh tồn. Anh chàng thiệt có chí lớn rán học được hai cái cử nhơn Quản Trị Kinh Doanh và cử nhơn Vi Tính (Computer Engineering). Anh từng làm giáo viên dạy trung học mấy mươi năm. Anh không những tiếp tục sự nghiệp sáng tác văn chương mà còn tích cực tham gia vào các hoạt động văn hóa, nghệ thuật của cộng đồng người Việt hải ngoại.

Anh hiện đảm nhận vai trò Chủ tịch Trung tâm Văn Bút Nam Hoa Kỳ, một tổ chức văn học của cộng đồng người Việt tại Mỹ từng có chưn trong Văn Bút Việt Nam Hải Ngoại nhưng tạm ngưng hoạt động với tổ chức nầy sau Đại hội X ở Cali vì sự vi phạm nội qui của Chủ tịch Vũ Văn Tùng. Văn Bút là nơi các nhà văn nhà thơ người Việt tị nạn cộng sản bảo tồn văn hóa và ngôn ngữ thông qua các hoạt động văn học. Trong vai trò nầy, Yên Sơn đã có nhiều đóng góp quan trọng trong việc tổ chức các sự kiện văn hóa và xuất bản các tác phẩm văn học, góp phần duy trì và phát triển văn hóa Việt ở nước ngoài.

Trước năm 1975 Yên Sơn có in thi tập *Quê Hương và Tuổi Trẻ* vào tháng Ba 1975 nhưng chưa kịp xuất bản thì sẩy đàn tan nghé. Sau khi đời sống tạm ổn định, Yên Sơn bắt đầu viết lại, cộng tác hầu hết với các văn đàn, diễn đàn Interet Việt ngữ qua Văn, Thơ, Tùy bút, Hồi ký, Phóng sự, Truyện ngắn, và Âm nhạc với nhiều bút hiệu khác nhau như Yên Sơn, Trương Vô Ky, Đoàn Dự, Tiên Bác, Tiên Anh, Lê-Thứ An...

Và liên tục cho ra đời những đứa con tinh thần như *Cho Quê Hương - Tôi - Và Tình Yêu*, tập thơ 1998; *Một Đời Thương Tiếc*, tập thơ 2002; *Mưa Nắng Bên Đời*, truyện ngắn 2018; và *Hạnh Phúc Không Xa*, truyện ký 2020. Ngoài ra về âm nhạc thì có *Góp Chút Hương Cho Đời*, CD nhạc 1, 2018; hiện có riêng một youtube channel có tên Video Nhạc Yên Sơn. Những tác phẩm khác có tên *Những Giọt Sương Rớt Muộn* và *Lối Cũ Vẫn Trong Tim*, CD thơ cùng với một số thi hữu thân thuộc và mới nhứt là xuất bản tập thơ tuyển *Vàng Lá Thu Xanh* với 14 tác giả. Chẳng những vậy, còn hứa hẹn sẽ xuất bản: *Tuyển tập Truyện Ngắn Yên Sơn*, *Tuyển tập Thơ Yên Sơn*.

Nhà thơ Yên Sơn cộng tác thường xuyên với hầu hết các Diễn đàn Interet Việt ngữ qua Văn, Thơ, Tùy bút, Hồi ký, Phóng sự, Truyện ngắn, và Âm nhạc. Tôi chỉ chọn mặt sáng tác nhiều nhứt hoặc lãnh vực nổi nhứt nên gọi là nhà thơ chớ chẳng lẽ gọi là nhà văn nhà thơ nhạc sĩ và... võ sĩ võ sư! *Trò chơi* thời chiến là trò chơi súng đạn nên hầu như sĩ quan nào cũng phải học chút ngón nghề để thủ thân phòng khi không xử dụng được võ khí. Học nghề võ lên đai đen đã khó mà đàng nầy ông nhà thơ ta tới tám đẳng - *Đệ Bát Đẳng!*

Đây là tôi chưa kể anh bạn tôi từng thành lập nhiều võ đường ở bắc California và Houston, là đương kim Chủ tịch Liên đoàn Võ thuật Thần Phong Quốc Tế. Ông bạn Yên Sơn của tôi văn võ song toàn, là một thiên tài chớ không còn là nhơn tài nữa! Anh là người có ý chí, sống tình cảm, thiên nội tâm, sâu sắc, và quan tâm với bạn bè; về gia đình *hình như* chung thủy với người mình yêu.

**Ghi thêm:**

Yên Sơn gọi loại phi cơ mình bay là *Quan Tài Bay*, AC-119K Fairchild Miller là phiên bản hiện đại nhứt của C-119 hai đuôi, được trang bị điện tử tối tân và võ khí mạnh mẽ như các loại súng máy 7,62li, đại bác 20li, và các loại rockets, có khả năng tấn công mục tiêu mặt đất với độ chính xác cao, và đặc biệt có thể bay trong các điều kiện thời tiết xấu và ban đêm. Phi đoàn 821 Tinh Long từng tham gia nhiều chiến dịch quan trọng và được coi là một trong những phương tiện không yểm hiệu quả trong bối cảnh đầy thử thách của chiến tranh Việt Nam.

Liên lạc: yen68son@gmail.com,
www.thovanyenson.com
Trương Nguyên Thuận
3502 Echo Mountain Dr.
Kingwood TX 77345

## Kết luận

Trong tác phẩm nầy tôi viết về kỷ niệm với bốn bạn văn thân thiết trước. Mỗi người một vẻ mà người nào cũng văn chương đầy mình viết nhiều thể loại. Hầu như người nào cũng vừa viết văn vừa làm thơ; lại có người thêm ngâm thơ soạn nhạc nữa như Yên Sơn, và Kha Lăng Đa viết văn làm thơ đờn ca cổ nhạc và soạn tuồng cải lương. Tuy nhiên, tôi gọi tước vị/hiệu theo lãnh vực người đó viết nhiều nhứt hoặc nổi tiếng nhứt: Nhà văn Kha Lăng Đa và Nhà văn Mai Nguyên nhưng Nhà thơ Võ Ý và Nhà thơ Yên Sơn.

Tất cả đều là những người đi trước đều là sư huynh sư tỷ của tôi hết. Trong cuốn sau **Cuối Trời Ký Niệm** tôi sẽ viết thêm một số bạn văn nữa.

Tôi là một *nhơn tài chậm phát triển!* Hồi mới lớn tôi mơ làm thi sĩ văn sĩ. Tới khi khoác chinh y thì tay phải cầm kiếm và viết bằng tay trái nhưng chỉ viết cầm chừng bất quá như tập làm văn giai đoạn Một. Ra hải ngoại mới thực sự tập làm văn giai đoạn Hai, mãi tới gần đất xa trời mới được gọi là nhà văn - nhà văn có tuổi mà chưa có tên! Tôi tin có số mạng và có cuộc sống đời sau. Đời nay tích lũy vốn liếng văn chương để sau nầy khi tái sanh tôi sẽ viết nhiều hơn và hây hơn!

Mùa Thu 2024
**Tác giả**

# Chút Kỷ Niệm Về Tình Bạn

Mai Nguyên

Ngô Sỹ Hân ngỏ lời với chị Mai Nguyên viết cho Hân chút gì để cho vô sách sẽ in của em. Thường thì bạn bè cho ý kiến về tập truyện sắp xuất bản, Ngô Sỹ Hân không gởi cho chị nên không biết viết gì. Em có ý thức hối, nói vì cả chục truyện dài dòng mà chị đang bịnh yếu nên không gởi.

Quả thật, vài chục năm trước sách truyện của Ngô Sỹ Hân toàn tình tự quê hương, chống cộng sản đích thực nên Mai rất thích hạp, nhưng bây giờ thì hình như khác; chỉ qua một vài truyện ngắn mà dài lê thê, Ngô Sỹ Hân nghiêng về tình cảm với nhiều giả tưởng hư cấu khác hẳn xưa.

Vậy thì viết về chút kỷ niệm giữa hai chị em thôi nhé.

Biết nhau mấy chục năm, (cũng không nhớ

từ lúc nào, biết nhau qua sách cách sao!), Ngô Sỹ Hân là một người năng động, chịu khó đi xa, từng tham dự họp hành với nhiều tổ chức chống cộng, dưới rất nhiều tên khác nhau, tâm hồn phóng khoáng dễ chịu và vui tánh.

Mười mấy năm trước, một ngày chị Mai đang ở garage thấy một ông trung niên lịch sự đi tới lui bên kia đường cứ nhìn sang, chị hơi ngại, hạ cửa xuống vô nhà. Một lúc sau, chuông reo. Nhìn qua cửa kiếng, chính là ổng. Ông nói to, "Chị Mai Nguyên, em là Ngô Sỹ Hân bên Michigan qua thăm chị đây!" Thế là gặp nhau. Ngô Sỹ Hân dễ thương, vui tánh, nghịch ngợm, có vẻ chân tình. Bán cà-phê, làm thuê, viết sách, tham dự nhiều hội đoàn chống cộng sản.

Nói chuyện về sách, mà trong Lời Cuối Truyện của Một Góc Quê Nhà đầu tiên, Ngô Sỹ Hân có viết, "… Với số lương khiêm nhường, tác giả chỉ để in báo Quê Hương Hải Ngoại phát không cho đồng hương và dành dụm in sách. Vậy quý vị *phải biết điều!* Sau khi nhận sách tặng có chữ ký của tác giả, *mà biết đâu một trăm năm sau có thể trở thành vô giá*, phải ký check gởi về ủng hộ ít nhứt cũng bằng giá bìa!

Hân cười toe nói, "Em có mấy thằng bạn giàu lắm chị, mà tụi nó làm ngơ hết trơn!" Nghe thương hết sức. Chỉ biết an ủi Hân, "Người ta mắc khổ công làm ra tiền nên quý, còn tại mình ham chơi thì mình phải chịu thôi em!"

Tội nghiệp, Hân nói, "Phải anh chị ở gần em, uống cafe mỗi ngày free - em layout sách cho chị, em phụ chị in sách, em làm thuê cho chị free suốt đời! Ôi em quý chị, có gì offer nấy hết! Còn khi nào chị bịnh xin cho em hay em qua coi giúp được gì, đừng đợi ngủm mới cho hay!" Vậy mà năm rồi, Ngô Sỹ Hân viết text, "Trời đất ơi, nhờ coi chương trình ông Dương Đại Hải, em mới biết chị... chưa chết! Chị lớn nhứt của em bằng tuổi chị mà qua đời hồi những năm '60 lận!" Cảm ơn tình em nhiều lắm - dù chưa phải làm phiền gì em nghe Hân!

Năm nay 2024, Ngô Sỹ Hân cũng đã ở tuổi tri thiên mệnh hay thượng thọ (80?) phải lo việc gia đình - vừa nội trợ vừa là người giúp việc vừa làm y tá - một trăm phần trăm vì bà xã bị bịnh Dementia với tấm lòng tận tụy chăm sóc không một tiếng than, "Để chuộc lại lỗi lầm thời trai trẻ!"

Trong năm nay Mai Nguyên có gởi cho Hân cuốn "Tản Mạn Lưu Ký," có lẽ đọc thấy anh chị Tùng Mai cũng quá xuống dốc trên tàu cuối đời chờ xuống sân ga, Hân gởi cho chị cái sét $500 với vài chữ: "Ủng hộ sách. Hẹn gặp nhau tại Saigon!"

Đa tạ sự rộng lượng của em. Nhưng chị gởi lại em 400. Gia đình ai cũng bận rộn, cực quá em trong tuổi về chiều. Hân nhận lại 400, viết cho chị, "Sao chị làm kỳ vậy?" Đáp "Hổng có kỳ. Nếu em nói với chị là income của em lối năm ngàn mỗi tháng thì chị rút lại 400!" mới êm.

Còn "hẹn gặp nhau tại Sài Gòn"? Chị không

nghĩ là chị còn có ngày về.

*Tằm nhả tơ đời chưa hết nợ,*
*Nhúm tro tàn xin gởi ngàn mây.*
*Lòng bâng khuâng nhớ hoài quê mẹ*
*Hẹn gặp nhau. Trân trọng ngày nầy!*

Rất cám ơn Ngô Sỹ Hân về tất cả. Cầu xin Ơn Trời nhỏ hồng ân xuống đời em, bà xã không bịnh nhiều cho em đỡ cực.

**Mai Nguyên**

# ĐỌC TÁC PHẨM "CHUYỆN VỢ CHỒNG" CỦA NGÔ SỸ HÂN

Kha Lăng Đa

Tác giả Ngô Sỹ Hân là người miền Nam "rặc ri" nên lối hành văn và ngôn từ thuần túy của người miền Nam. Lối diễn tả cũng rất là chân thực, không cầu kỳ, văn vẻ phô trương. Nội dung, gói ghém những sự thật của gia đình và xã hội, phản ánh cả nếp sống của Việt Nam và nếp sống của người Việt sống trên đất nước "Cờ Hoa."

Chuyện nòng cốt của tác phẩm là "Chuyện Vợ Chồng" mà hai nhân vật chánh là ông Tư và bà Tư. Thuở còn ở quê hương thì ông bà sống rất hạnh phúc, mặc dù gia cảnh không giàu sang, lo dạy dỗ, nuôi nấng đàn con đến trưởng thành. Tới khi miền Nam bị Việt cộng cưỡng chiếm, ông bị giam cầm trong trại tù còn bà lo gánh gồng mọi chuyện gia đình và còn phải đi thăm nuôi ông.

Thời bỉ cực đã qua, gia đình ông Tư được đi tỵ nạn cộng sản, định cư ở tiểu bang Michigan - Hoa Kỳ. Nhờ hội nhập nhanh chóng với xã hội Mỹ và biết tính chuyện làm ăn nên gia đình ông Tư trở nên khá giả. Trong cảnh sống của người trung lưu, nhiều phương tiện kinh doanh và nhiều tài sản, bà Tư thay đổi nhơn sinh quan, muốn về Việt Nam làm ăn và hưởng thụ. Bà bán tiệm Nails, theo tình nhân trẻ là "Thầy" dạy khiêu vũ của bà, lại là cán bộ trong chính quyền thành phố. Bà nhứt định phải về vì đất nước đã "đổi mới" và tự do. Ông Tư can gián mà bà vẫn không nghe, cuối cùng bà Tư vẫn đi theo sự lầm lạc của bà. Đối với ông Tư, ông rất nhớ quê hương, nhớ từng mùa lúa, nhớ từng con đường làng, nhưng ông nhứt định không trở về, đúng theo tinh thần của một người tỵ nạn cộng sản, không đội trời chung với bọn chúng.

Bà Tư về sống ở đô thành Sài gòn với tình nhân một thời gian thì bị tên gian manh bán nhà và quất ngựa truy phong. Bà đi kiện công an, nhưng chuyện bất thành vì trong chính quyền thành phố không có tên của hắn. Thì ra hắn dùng tên giả để lường gạt bà. Bà Tư trở nên bệ rạc, thất thểu quay về Mỹ. Gặp lại ông Tư, bà thố lộ sự thật và mong ông nối lại tình xưa. Ông Tư vẫn đối xử ôn hoà, nhã nhặn với bà và không nặng lời trách móc khi bà muốn nối lại tình xưa,

*Một lát sau, ông khó khăn lắm mới thốt nên lời được:*

*"Anh xin lỗi em,"* giọng ông nghẹn lại. *"Nhưng thời gian chúng mình sống bên nhau mấy chục năm như vậy cũng quá đủ rồi!"*

Sợ mình yếu lòng, ông vội đứng dậy, nói thêm:

*"Để anh đưa em về."*

Tối đó, ông nhắn tin cho mấy đứa con:

*"Hãy lo chăm sóc cho má bây - lúc nầy bả có vẻ yếu lắm rồi. Nói cho cùng, má bây cũng chẳng có lỗi gì, chỉ hết duyên với tía thôi."*

Trên đời nầy, những người đàn bà nhẹ dạ, thiển cận, và tội lỗi như bà Tư thì rất nhiều, nhưng những người đàn ông bao dung, độ lượng như ông Tư thì rất ít.

Sang qua chuyện của Cộng Đồng, những người cao niên thường tụ họp để bàn chuyện "đại sự," chuyện linh tinh, ngay cả việc "Gác Kiếm" của mấy ổng cũng làm lễ tuyên bố đàng hoàng. Những ông nầy thường mang "vũ khí tự vệ," không phải là súng mà là "cái nón cối Việt cộng" để "chụp mũ" những ai bất đồng chính kiến hay có tư thù với họ!

Chuyện "Ngày Hội Lớn," ngày bầu cử quốc hội thống nhứt mà Việt cộng huênh hoang tuyên truyền cho nhân dân miền Nam, thực sự là một thảm trạng của đất nước bị nằm trong xiềng xích của cộng sản cướp nước. Chúng đã lừa bịp những người bại trận đi "học tập cải tạo ngắn hạn chỉ mười ngày mà thôi, nhưng ba năm vẫn chưa thấy được ngày về trong khi gia đình của Cựu Quân -Cán -Chính Việt Nam

Cộng Hòa bị đày đi "Khu Kinh Tế Mới." Đến ngày bầu cử, nhân dân bị bắt buộc phải bầu theo danh sách được chỉ định. Biết bao người bỏ xác ở Biển Đông khi vượt biển và vượt núi rừng biên giới để đi tìm tự do. Nhà cửa của họ để lại thì bị bọn người "Đàng ngoài" vào chiếm đoạt!

Hồi ức lại thời cuộc sau Hiệp Định Genève, tại địa phương của tác giả, có đám cưới tập thể, lồng trong một đêm trình diễn văn nghệ, những thiếu nữ trong vùng bắt cặp với những cán binh cộng sản. Sau đám cưới ba đến năm tháng, phân nửa số người trong đám cưới tập thể lên đường đi "tập kết." Trong số đó có anh Út, một thanh niên trong xã. Chị Út "Chờ Chồng" đến hai mươi năm mà vẫn không thấy anh Út trở về. Đứa con trai của chị, được đặt tên là Chờ. Nó học hết lớp Đệ Nhị và trốn nhà xin thụ huấn Trường Bộ Binh Thủ Đức.

Sau ngày 30-4-75, số người đi tập kết thì nhiều mà trở về rất ít. Trong xã, có chú Tư Bốn về thuật lại: "Những người của Miền Nam tập kết ra Bắc bị phân biệt đối xử nên họ nổi loạn. Hậu quả là họ bị đày lên miền Thượng Du Bắc Việt để làm rẫy và chăn bò. Anh Út trở về nhưng dẫn theo vợ và con "đàng ngoài" vào, đuổi chị Út ra khỏi nhà. Cảnh tình của chị Út thật là bi đát! Đã vậy mà chị còn phải lo thăm nuôi thằng Chờ trong trại tù vì nó là sĩ quan Ngụy!

Chuyện "Bí Mật Của Nàng" cho chúng ta thấy con gái là cả một "Kho Tàng Bí Mật." Nếu họ không thố lộ thì đố ai biết được, có chết thì họ ngậm miệng mang theo! Cái câu: "Đẹp trai không bằng chai mặt" thật đúng trong hoàn cảnh của chuyện "Bí Mật Của Nàng": Anh sĩ quan "Rằn ri" cố công theo đuổi mãi, cuối cùng cũng phải "dính"!

Chuyện "Di Chúc" là chuyện của những cặp vợ chồng già thay lời trăng trối, để lại gia tài cho các con. Trong tác phẩm nầy thì ông chồng ngồi viết di chúc, còn bà thì ngồi bên cạnh nhắc nhở ông vì bà luôn đặt sự nghi ngờ đối với con cái. Bà nói có nhiều đám tang, xác cha mẹ chưa mai táng mà con cái đã tranh giành gia tài. Riêng ông thì tin tưởng con của mình không đến nỗi như vậy. Ông còn định hiến cả xác của mình cho những cuộc thực tập giải phẫu. Có điều quan trọng nữa là ông không chấp nhận "Lễ phủ cờ" cho bản thân ông khi chết, mặc dù ông đã là thành viên trong toán phủ cờ của Cộng Đồng nhiều năm qua. Ông nghĩ rằng nhiệm vụ chưa hoàn thành khi mất nước mà phải sống lưu vong và "chết già" thì đâu xứng đáng được phủ cờ. Danh dự và đặc ân đó của Tổ Quốc phải dành cho những tử sĩ "vị quốc vong thân" thì đúng hơn.

Trong hoàn cảnh chiến chinh, người chồng phải lìa xa gia đình để xông pha ra chiến trận. Đúng như câu "Cổ lai chinh chiến kỷ nhân hồi," người chồng ra đi và vĩnh viễn không trở lại, để cho người chinh phụ ôm con, mong chờ trong tuyệt vọng. Hoàn cảnh người vợ trẻ chết chồng phải trở thành "Người vợ một đêm," bán thân xác mình để nuôi con. Tình cảnh của cô Mỹ Lệ thật đáng thương hơn là đáng chê trách và anh sĩ quan Phi hành tên Minh Châu đến với nàng, ai ngờ bằng tình yêu chân thật chớ không phải mua vui xác thịt một đêm thôi!

Thời Việt Nam Cộng Hòa, ở vùng nông thôn, Việt cộng lén lút về hoạt động, tuyên truyền, dụ dỗ thanh niên theo bọn chúng bằng những thủ đoạn tuyên truyền láo khoét, lừa mị nhân dân, nhứt là giới trẻ. Chuyện "Chị Du Kích" đã cho chúng ta thấy thảm trạng của tuổi trẻ ở miền quê Cần Đước bị chết oan uổng do sự lường gạt của Việt cộng. Đám du kích địa phương chỉ có mười đứa với vài cây súng, vài quả "Bê-ta" mà bọn chúng súi giục tấn công đồn Rạch Kiến vì có sự yểm trợ của "Tiểu đoàn Cơ Động Tỉnh Long An."

Hậu quả là đám du kích bị chết nằm la liệt quanh đồn, thân nhân của họ không ai dám đến nhận xác con em của mình. Thanh niên, thanh nữ đã sáng mắt, sáng lòng trước sự lừa gạt của Việt cộng, trong số đó có "Chị Du Kích" đi theo anh tình nhân du kích và có một đứa con. Nhân vật tên Ba, em của chị Hai du kích đã từng muốn gia nhập xã đội du kích, nhưng gia đình khuyên anh hãy tiếp tục sự học để mai sau làm cán bộ cộng sản. Anh đã tình nguyện thụ huấn Trường Bộ Binh Thủ Đức, khi thi đậu Tú Tài I và cả gia đình anh đều giác ngộ ý thức hệ Quốc Gia.

Chuyện "Kẻ Đồng Lõa" kể lại cảnh sống của gia đình anh chị Tư trong thời buổi các đối tượng chính trị của Việt cộng được xuất cảnh và định cư ở Hoa Kỳ, trong đó có "Diện Con Lai." Những đứa trẻ "mắt xanh, mũi lõ" được người ta trân quý như vàng, như ngọc. Anh chị Tư thấy tình cảnh người chị mà chồng chết trong trận bị Việt cộng tấn công đồn, nhà nghèo lại đông con nên mai mối cho đứa cháu gái tên Chi, kết hợp với một đứa con lai tên Long với giá tiền phải trả cho mẹ nó là hai cây vàng.

Thằng con lai lúc được qua Mỹ, nó và vợ nó ở với người mẹ tại Texas, cách ly gia đình anh chị Tư ở Michigan - theo "Diện HO," mặc dù anh chị Tư đã đến tận nơi cư trú của hai mẹ con kêu gọi nó lên Michigan để anh chị xây dựng cuộc sống cho nó và đứa cháu gái. Hơn một năm qua, nó không nghe lời anh chị Tư, dù vợ nó đã về ở Michigan với anh chị Tư. Cuối cùng Chi có chồng khác - một kỹ sư Việt Nam vừa tròn 40 tuổi. Chồng mới của Chi lại gởi tiền về Việt Nam quá nhiều, ngoài việc giúp đỡ gia đình hai bên vợ chồng, anh ta lại lại gởi tiền cho Việt cộng xây dựng nhà thương, trường học, làm cầu đường, và còn gởi tiền "ủy lạo" chính quyền địa phương. Rõ ràng là tên kỹ sư nầy thân cộng! Anh chị Tư mang mặc cảm là "Kẻ Đồng Lõa" với nó!

Trong thời buổi kinh tế xuống dốc, chị Sĩ bị "lay off" còn anh Sỹ mỗi năm chỉ làm việc được ba tháng. Anh Sỹ mang bệnh ghiền thuốc lá, đến nỗi phải moi ống "bạc cắc" đi mua một gói thuốc vì cơn ghiền đang lên. Ngày xưa, lúc làm ăn phát đạt, anh đã mua mỗi lần mười cây thuốc lá "Marboro" để dự phòng và hút "xả láng," bây giờ phải kiếm từng điếu thuốc! Thằng con trai của anh thì ghiền và "phê thứ thiệt," không làm được việc gì, anh giao cho nó trông coi tiệm "Bi-da" để mưu sinh qua ngày. Vợ nó bị thằng bạn dụ dỗ và chở đi xuyên bang lập tổ ấm khác. Anh chị Sỹ phải bảo trợ tài chính cho nó về Việt Nam lãnh vợ khác qua. Trong hoàn cảnh suy sụp kinh tế gia đình, anh chị Sỹ coi như "Ngày Tàn" của nhà anh! Dù lâm vào hoàn cảnh ấy, anh Sỹ vẫn đam mê viết văn và phiên dịch!

Tóm lại, tác phẩm "Chuyện Vợ Chồng" đã phản ảnh được những hoàn cảnh của xã hội Việt Nam từ sau Hiệp Định "Genève" đến nay và cảnh sống của người Việt ở Mỹ. Có nhiều tình tiết đáng cho chúng ta suy gẫm để chấn chỉnh cuộc sống riêng mình trong hiện tại và tương lai.

**Kha Lăng Đa**
(Saint Louis 26-9-24)

# NGÀY HỘI LỚN

*truyện ngắn*

Tôi thắc mắc tại sao nguyên cả hai cái ấp nầy - Phước Hưng trong và Phước Hưng ngoài - ít nữa cũng gần bằng nửa cái xã - mà chỉ có hai thằng hây chữ. Hai đứa tôi cùng lứa tuổi học chung lớp: thằng Phú quá giỏi còn tôi là đệ tử của *bùi kiệm*. Nhưng tôi không ganh tị với nó vì có một vài chuyện gỡ gạc được: Tôi biết chơi văn nghệ và đờn ca vọng cổ. Lũ con gái với mấy đứa nhỏ nhỏ bu quanh tôi khiến thằng Phú thành đệ tử tôi luôn. Nó đậu tú tài đi Thủ Đức ra trường chuẩn úy còn tôi không còn dịp học lại nên đi Đồng Đế ra hạ sĩ quan.

Sau khi im tiếng súng không còn đánh đấm nhau nữa thì thằng Phú đã lên thiếu úy rồi mà tôi vẫn còn trung sĩ. Ba thằng - có thêm một thằng Hậu con ông thầy Ba Cầu hốt thuốc Bắc ở ngoài chợ Rạch Kiến nữa - nghe lời kêu gọi của nhà-cầm-quyền-mới đi trình diện, gặp mấy thằng quỷ sứ hồi tiểu học đeo băng đỏ ở cánh tay đứng ngoài cửa. Đáng lẽ tụi nó hãnh diện mới phải sao lại có vẻ mắc cỡ, chào qua loa. Vô trong, cũng một thằng bạn hồi tiểu học ngồi bàn ghi tên phe bại trận.

"Ủa mầy làm gì ở đây?" Tôi ngạc nhiên hỏi.

"Ờ, mấy ảnh biểu tui ghi tên lính trình diện." Nó trả lời đổi cách xưng hô.

"Mầy đi theo đàng trong hả?"

Nó ậm ừ. Tôi hỏi tiếp.

"Bao lâu rồi?"

Nó không trả lời vì biết tụi tôi rành lũ nó quá. Đám lính tụi tôi làm thủ tục trình diện đúng *qui trình*, nộp giấy tờ nhà binh cho nó và nó cấp cho một tờ chứng nhận viết tay rằng tên đó cấp bực đó có ra trình diện chánh quyền cách mạng. Đặc biệt thằng Phú còn nộp cho nó một cây súng Colt với mấy băng đạn nữa. Xong, tụi nhà binh gãy súng dắt nhau đi tới cái quán cà-phê ngay đầu chợ mà lúc trước mỗi khi về phép bọn tôi hay tụ tập, tâm sự về quá khứ và bàn chuyện tương lai. Con gái chủ quán bỏ nhỏ tụi tôi, "Mấy anh cẩn thận với đám đeo băng đỏ nha!"

"Okay em. Bán buôn sao?"

"Èo uột lắm anh ơi," cô gái trả lời. "Mình đâu có thua, tự nhiên buông súng!"

"Đâu có đánh đấm gì, tự nhiên rút bỏ."

"Ờ, có nhiều chuyện khó hiểu quá." Thằng Phú nghi ngờ.

"Nó biểu sĩ quan cấp úy đi học mười ngày," thằng Hậu nói với thằng Phú, lại quay sang tôi. "Nó kêu mầy đi học một tuần đó."

Và thằng Phú hoang mang theo dõi chuyện *học tập* của tôi. Sau đó sáng đi chiều về, tôi *cắp sách* tới trường học chánh sách cách mạng, mà kiểu học tập bây giờ khác với hồi mình học tiểu học thời xưa. Thật vậy, *học tập nghiêm túc* đủ một tuần, tôi được cấp giấy chứng nhận làm bùa hộ mạng. Tôi nói với nó, "Gặp mấy đứa hồi tiểu học với mình chớ không ai xa lạ," tôi kể một tràng dài, "thằng Kiệu em vợ Tám Cao, thằng Phước con Tư Kỉnh, con Chim con Bảy Chuyện tập kết, và con Bé con ông Chín Nhơn nữa."

"Ờ, còn con Tám Ơi con của cô Tám Trò…" tôi cười kể thêm, "… là học trò của tao lớp Bình dân Học vụ hồi sau đình chiến. Lúc đó nó trọng cãi gần bằng tuổi tao. Trong lúc mấy đứa kia còn con nít thì nó đã dậy vú cau rồi. Cho nên sắp nhỏ cặp đôi với *thầy*. Phải hồi đó tao chịu nó thì bây giờ nếu chưa làm liệt sĩ thì cũng là cán bộ đi dép râu đội nón tai bèo ngồi bàn ghi tên tụi bây rồi.

"Ờ, phải rồi. Theo nó thì chắc chắn lên bàn thờ rồi con." Thằng Hậu cười.

"Ờ, sau Mậu thân hổng còn một mống," tôi đồng ý với nó. "Đi phép tao dám về tới trong quê."

Ba tên gãy buông súng nói chuyện xàm điên không đầu không đuôi. Riêng thằng Phú đinh ninh *học tập* mười ngày nên yên tâm vác ba-lô lên đường - lên đường kỳ nầy trong lòng hoang mang chớ không giống như hồi mấy năm trước hăm hở từ giã bạn bè được xe nhà binh chở lên trường Bộ binh

Thủ Đức. Rồi nó đi luôn tới *ngày hội lớn* gần một năm sau vẫn chưa thấy về.

Tất cả công dân xã hội chủ nghĩa từ 18 tuổi trở lên tự động nhận thẻ cử tri để được đi bầu vì đó là bổn phận cũng như trách nhiệm của một công dân gương mẫu. Trước đó khoảng chừng nửa tháng, bằng loa phóng thanh và cán bộ địa phương, chánh quyền vận động nhơn dân mừng ngày hội lớn. Đó là ngày bầu cử quốc hội thống nhứt sau hai mươi năm kể từ 1954. Không phải tự nhiên mà dân miền Nam biết bầu cho ai và bầu như thế nào nên trước khi đi bầu cán bộ tỉnh xuống dạy rồi cho thực tập.

Thằng Hậu le lưỡi nói với tôi:

"Dễ ợt! Hồi trước mình đã đi bầu rồi có gì đâu."

"Họ nghĩ dân miền Nam ngu dốt nên phải dạy mới biết." Tôi tiếp lời.

"Coi cái giấy tên tuổi ứng cử viên mình thích ai thì đánh vô ô đó thôi." Thằng Hậu có ý kiến.

"Có thể cách thức bầu cử ở miền Bắc có khác." Tôi phân vân.

"Có thể họ bắt mình bầu người của họ!" Thằng Hậu nghi ngờ.

Cán bộ nói cuộc bầu cử nầy là rất quan trọng vì bầu cử phổ thông, bình đẳng, trực tiếp, và bỏ phiếu kín; và qua đó nhân dân thể hiện quyền công dân của một nước hòa bình, thống nhất, độc lập, và tự do. Ở các nước tư bản tới ngày bầu cử, coi giờ nào rảnh thì "mạnh ai nấy đi bầu và bầu loạn xạ người mình thích để tới khi hội họp phát biểu linh tinh không có gì nhất trí hết." Trước nay chỉ những nước xã hội chủ nghĩa và miền Bắc mới biết bầu cử là nhờ đảng giáo dục chớ "người miền Nam do Mỹ Ngụy cai trị đâu có bầu cử tự do."

Cử tri được chia thành nhiều tổ có đánh số đàng hoàng, mỗi tổ mười người có một tổ trưởng đứng đầu chịu trách nhiệm. Thường chỉ thanh niên nam nữ giác ngộ cách mạng hoặc gia đình liệt sĩ mới được làm tổ trưởng. Bữa thực tập, theo thứ tự tổ trưởng dắt từng toán lên trường học được trang hoàng *hoành tráng*. Trên có băng-rôn ghi *Ngày Hội Lớn* và hàng dưới ghi *Bầu cử Quốc hội Thống nhất Khóa VI* có cờ Chính phủ Cách mạng Miền Nam và hình Tám Keo. Đặc biệt ở góc trên bên trái có hình cái búa và cái lưỡi liềm người dân biết đó là cờ đảng, "búa đập đầu liềm cắt cổ."

Ông cán bộ bận đồ xanh màu cứt ngựa đội nón cối cũng màu xanh vai đeo *cái túi cán bộ từ trên* về nói cho biết tỉnh Long An có ba đơn vị bầu cử tổng số đại biểu là tám mà đơn vị mình số Hai gồm các huyện Châu Thành, Tân Trụ, Cần Đước, Cần Giuộc, và tỉnh ly Tân An chỉ có ba đại biểu. Xong, ông đánh vần cái danh sách trong một tờ giấy viết tay viết lên bảng tên năm người lạ hoặc chắc chắn những người ở đây không ai biết. Tôi nghĩ, "Tui mà chẳng biết thì hổng ai biết hết."

Hồi trước những người ứng cử muốn làm dân biểu quốc hội hay hội đồng tỉnh thì phải đi vận động các nơi trong quản hạt, nhiều người theo ủng hộ, có băng-rôn, có phương châm, và cũng có nhiều người tới nghe coi họ nói những gì. Các ứng cử viên nầy đích thân trình bày với dân rằng họ sẽ làm gì, người thì nặng về tranh đấu quyền lợi nông dân, người thì chú tâm tới đời sống công nhơn thợ thuyền, người thì muốn xây dựng một nền giáo dục nhân bản, dân tộc, và khai phóng...

Sau khi khoe miền Bắc đã xây dựng xã hội chủ nghĩa thành công từ mấy mươi năm nay, ông cán bộ tỉnh chào và hỏi thăm sức khỏe bà con rồi cầm tờ giấy giơ lên, nói.

"Cuộc bầu cử quốc hội khóa 6 kỳ này rất quan trọng vì là lần đầu tiên từ ngày đất nước thống nhất. Hiện tại trong khu vực ta tất cả những người ứng cử đại biểu quốc hội đều có tên trong danh sách này được đánh số từ số 1 tới số 5. Tuy nhiên, không phải bầu hết mà mình phải chọn những người tài giỏi và nắm vững đường lối chính sách nhà nước."

Có người giơ tay hỏi:

"Không có ai đi vận động làm sao mình biết người nào nắm vững đường lối chánh sách của nhà nước mà bầu?"

"Đấy, đấy. Bởi thế nên nhà nước mới điều cán bộ chúng tôi từ tỉnh về đây giáo dục nhân dân cách thức bầu cử." Ông cán bộ tiếp lời liền.

Ngừng một lát để coi đồng bào có hiểu hết ý của ông không, ông cán bộ tiếp:

"Bầu hết là không hợp lệ vì giới hạn đơn vị ta chỉ cần ba đại biểu. Cho nên phải gạch bỏ hai tên sau cùng mới hợp lệ, chỉ để lại ba người thôi. Đồng bào rõ chưa?"

Không ai trả lời. Lát sau, một bà mẹ chiến sĩ ngập ngừng đứng lên hỏi:

"Gạch bỏ bất cứ hai người nào có được hôn?"

"Đã bảo hai người cuối cùng," ông nhấn mạnh, "cuối cùng." Mặt ông cán bộ có vẻ lên máu. "Hai người cuối cùng. Đã bảo gạch bỏ tên hai người cuối cùng còn phải hỏi, chị có ý đồ gì đây?"

"Thắc mắc thì tui hỏi chớ ý đồ gì," bà mẹ chiến sĩ và cũng là gia đình liệt sĩ vì một đứa con đã hy sanh cho cách mạng, còn cương.

"Ở trên đảng bảo thế không thể làm khác được. Đảng lúc nào cũng anh minh sáng suốt." Ông cán bộ cương quyết với tinh thần cách mạng quyết chiến quyết thắng.

Nghe nói tới chỉ thị của đảng, bà biết đụng thứ dữ rồi thấy không ổn nên từ từ ngồi xuống và trong phòng im phăng phắc không ai dám hó hé nữa, ước chừng con ruồi con muỗi bay qua người ta vẫn nghe tiếng. Không chỉ bà mẹ chiến sĩ, người ta ớn là phải vì nghe tới đảng người ta liên tưởng tới băng đảng, phe đảng, đảng cướp, như đảng áo đen, đảng khăn trắng, đảng bịt mặt. Nghe tới đảng là người ta nhớ tới vụ thủ tiêu chú Chín Đậu bị hai người bịt mặt bỏ vô bao bố cho *mò tôm* hồi năm xưa.

Ông cán bộ ngó lên sân khấu có lá cờ xanh đỏ sao vàng, có cái búa có cái lưỡi liềm, và có băng-rôn ghi *Buổi Học Tập Bưã Cử Quốc Hội Thống Nhất*, cung tay đưa nắm đấm lên chào đảng rồi xoay xuống dưới cử tọa bế mạc buổi học tập, không quên chúc đồng bào ấm no hòa bình hạnh phúc, sống và học tập theo gương bác Tám Keo, lúc nào cũng tuân theo chỉ thị của đảng.

Đúng ngày Lễ Hội Lớn 25/4/1976 nhơn dân miền Nam mới biết cái kiểu đi bầu cử quốc hội thống nhứt mà mình không biết ứng cử viên mặt tròn mặt méo ra sao. Mới năm sáu giờ sáng loa phóng thanh oang oang nhắc nhở. Đám con nít ham vui chạy theo mấy đứa cầm loa cười giỡn chưa biết mai mốt lớn lên mình sẽ làm cháu ngoan bác Tám Keo quấn khăn quàng đi lượm ve chai cho kế hoạch nhỏ và đào ao cá bác Hù. Đám người lớn không dám chậm trễ lũ lượt sắp hàng theo tổ của mình đếm số điểm danh.

Mọi người có đeo thẻ số răm rắp nghe lời tổ trưởng - tôi thấy còn kỷ luật hơn quân trường nữa - từng tổ theo thứ tự và từng người theo sau đoàn múa lân đi trước dẫn đầu. Tới sân trường - cũng cái chỗ đã thực tập nửa tháng trước, các tổ sắp hàng dọc ngay cái bảng ghi số tổ của mình giống như ở quân trường tập hợp điểm danh, nhưng nghiêm túc hơn không dám hó hé. Con lân làm lễ chào đảng và chào cán bộ cấp lớn xong, một cán bộ canh phòng phiếu ra kêu từng tổ vô bầu cử đại biểu quốc hội.

Mỗi người có thẻ cử tri và một con số riêng tới

các bàn làm thủ tục. Vì cuộc bầu cử quốc hội thống nhứt kỳ nầy rất quan trọng nên các cán bộ sợ người dân không nhớ bầu cho người có tài đức và thông suốt đường lối chính sách của đảng nên một lần nữa các cử tri được hướng dẫn phải gạch bỏ tên hai người cuối cùng trong danh sách. Xong nhận phiếu đi tới cái ô bầu cử của mình được che ba mặt bằng cạc-tông, chỉ chừa phía sau lưng mình cho cán bộ theo dõi và giám sát.

Tôi theo người trước đi vô như cái máy. Tuy nhiên, tôi thấy kỳ kỳ không giống như hồi đó mình muốn bầu ai mình thích. Tất cả những ứng cử viên mình đều biết mặt và biết chủ trương cùng khuynh hướng của họ. Có người ủng hộ chánh quyền, có phe chống chánh quyền, có nhóm chủ trương trung lập, đặc biệt lại có cả phe thân cộng thách thức Thiệu-Kỳ. Còn ứng cử viên quốc hội thống nhứt quan trọng kỳ nầy lạ hoắc vì họ chưa bao giờ đi vận động nên không ai biết tên tuổi của họ.

Từ khi *học tập* cách thức cho tới lúc nầy, tôi đã suy nghĩ nhiều mình nên làm gì. Mặc dầu không có vợ con nhưng tôi còn cha mẹ và mấy đứa em ở đây. Có dám làm theo ý mình chăng? Chắc chắn họ sẽ biết vì mỗi người có một con số. Làm anh hùng hay làm người hèn? Tôi chỉ là một cán bộ cấp tiểu đội coi chừng chục thằng lính thì có gì quan trọng. Không thể trù trừ lâu được, tự an ủi và biện minh cho sự hèn nhát của mình, tôi bèn gạch tên hai người dưới cùng rồi cầm phiếu ra bỏ vô thùng, cảm thấy thật xấu hổ ước có cái quần đội lên đầu cho đỡ ngượng!

Sau đó thấy báo nhà nước đăng khu bầu cử của tôi được khen là *đơn vị bầu cử tốt* với hiệu quả xuất sắc 100 phần trăm trong khi toàn miền Nam chỉ 98,59 và miền Bắc 99,36 phần trăm. Sau nữa, báo nhà nước lại đăng toàn dân nô nức đi bầu 492 ông bà đại biểu xứng đáng của Quốc hội thống nhất khóa VI vì nó thể hiện trách nhiệm công dân của một đất nước độc lập - tự do - hạnh phúc. Hăm ba triệu dân toàn quốc đi bầu tới gần một trăm phần trăm trong khi cuộc tổng tuyển cử 1976 thời Việt Nam Cộng Hòa của miền Nam hồi xưa dân đi bầu chỉ có 83 phần trăm trong số 4,7 triệu cử tri ghi danh.

*Ngày Hội Lớn* quan trọng bực nhứt vì chính cái quốc hội nầy bầu ra ủy ban thường vụ quốc hội gồm 21 đại biểu thay mặt đại hội. Quốc hội thống nhứt nầy còn bầu ra chánh phủ từ chủ tịch nước tới thủ tướng xuống tới các bộ trưởng và các ban bệ quan trọng. Những người biết chữ đọc báo thấy có tới 7 phó thủ tướng, 23 bộ trưởng và 13 cơ quan ngang bộ. Họ thắc mắc mà không dám nói, mấy ông thầy chùa cha cố vô làm gì trong đó mà cũng đại biểu quốc hội! Đó là chưa kể mấy ông tướng tá bên hành pháp ngồi hai ghế thì làm việc bên nào.

Đặc biệt quốc hội thống nhứt kỳ nầy ra quyết nghị tổ chức hiệp thương chánh trị gộp hai miền Nam Bắc lại thành một đổi tên nước theo tiếng Hán Việt thành Cộng hòa Xã hội Chủ nghĩa Việt Nam chớ không kêu theo tiếng Việt là Việt Nam Cộng hòa Xã hội Chủ nghĩa - À, mà gọi như vậy không được vì có cái chữ quen quen gợi nhớ chế độ cũ. Từ đấy lá cờ nửa đỏ nửa xanh ngôi sao vàng của chánh phủ kách mạng lâm thời cộng hòa miền nam Việt Nam biến mất trên thế gian nhường chỗ cho lá cờ đỏ sao vàng lấy từ Phúc Kiến bên Tàu.

Đất nước đã thống nhứt rồi thì tất cả ruộng nương vô hợp tác xã mới đạt năng suất cao, nông dân - bất kể chủ hay tá điền - đều được chấm công, "làm theo năng lực" nhưng không được "hưởng theo nhu cầu" vì số cung không đủ đáp ứng cho số cầu. Các cán bộ đeo băng đỏ hết nhiệm vụ trở lại dân thường, cán bộ của mặt trận miền Nam lần lượt *tự nguyện* xin về hưu và được thay thế bằng cán bộ miền Bắc có lý luận để xây dựng đất nước với hứa hẹn "mười năm nữa vượt qua mặt Nhật Bản."

Thằng bạn Thiếu úy Phú của tôi đang đi *cải tạo* nên không được tham dự *ngày hội lớn* miền Nam từ ngày thống nhứt và tiếc là nó không được hưởng cái vui chung của dân tộc Việt ngày càng sáng mắt.

■ nsh-241126

# KẺ ĐỒNG LOÃ

*truyện ngắn*

Lúc anh chồng ở tù mới về thì chị Tư đã có cái quán café Thùy Dương ngay mặt đường Phan Đình Phùng ở Biên Hòa. Nói là quán cà-phê chớ thực ra cũng bán đủ thứ như nước ngọt nước trái cây và cả bia rượu cùng thuốc lá. Sở dĩ quán đông thanh thiếu niên hằng ngày tụ tập từ thượng vàng tới hạ cám không phải những thứ đó mà là nhờ sự xuất hiện của mấy bông hồng từ dưới quê lên, đẹp trung bình có, đẹp sắc sảo có. Nổi bật nhứt là một đứa khá đẹp gái nghe nói là cháu gọi bà chủ bằng dì.

Trong số khách thường xuyên có một thằng con lai đang làm giấy tờ xuất cảnh với mẹ nó. Thời nầy phong trào con lai nở rộ: nhà nhà có con lai, người người tìm con lai, đâu đâu cũng nói chuyện con lai. Thậm chí dân Bắc kỳ 75 cũng có con lai. Mà ai cũng nghĩ người Mỹ phỏng vấn với cặp mắt xanh lè đâu có phân biệt được Bắc kỳ 54 tị nạn độc tài cộng sản với Bắc kỳ 75 là phó phẩm của bọn cướp. Tại con lai nên thằng Long phương phi điển trai y hịch như tài tử đóng phim Pháp Alain Delon, bà chủ quán bèn có cái ý nghĩ hây hây.

Gia đình chị Tư trước sau chỉ có hai chị em.

Người chị hồi đó bán cháo vịt ở chợ Cần Đước gần công trường xây dựng. Trong công trường nầy có anh thợ hồ tới ăn cháo thường xuyên. Người ta nói rằng chưa chắc cháo ngon mà có thể cô bán cháo còn ngon lành hơn. Cho nên tới chừng công trường xây cất xong chợ Cần Đước thì chị Hai bán cháo vịt cũng mất tích luôn. Mãi sau người ta mới biết chỉ theo chồng - anh thợ hồ - về tuốt trong làng quê thuộc quận Mộc Hóa trên sông Vàm Cỏ Tây giáp với Cao Miên.

Ảnh đi lính Địa Phương Quân trong quận. So tướng thì ảnh nhỏ con hơn chỉ mà không biết sao chỉ cần ảnh đụng tới thành giường là chỉ có bầu. Hồi đó chị Hai bán cháo vịt bây giờ chuyên môn đẻ, nhiều đứa chỉ cách nhau chưa tới một năm. Không tưởng tượng nổi, đứa nhỏ nhứt tới thứ mười hai tức là phải mười một đứa đến đỗi nhiều khi hai vợ chồng kêu lộn tên, và quên cho ăn là chuyện thường. Đoạn sau có nhiều đứa tên Út: Út Quang, Út Minh, và Út Thôi. Thực ra chưa chắc tới Út Thôi là nghỉ nếu ảnh không bị tử thương trong trận giặc công đồn.

Đông con sống với lương lính khiêm nhường cho nên sắp nhỏ học hành không tới nơi tới chốn đều làm cái gì đó giúp gia đình. Đứa lanh lợi nhứt thì mua bán hàng lậu hai chiều từ biên giới Campuchia, đứa khác thì chạy bàn một quán ăn, đứa hơi lớn lớn thì ai mướn cái gì làm cái đó, đứa làm việc nhà được thì *đi ở*, còn đứa nữa thì đi coi trâu cho người ta. Những đứa con gái mới mười lăm mười sáu tuổi chỉ gả phứt cho đỡ miệng ăn. Cám cảnh bà chị nghèo chồng chết đông con, chị Tư nghĩ có thể đây là cơ hội đổi đời của bà chị.

Chị sai anh chồng xách xe chạy xuống tận trong quê Mộc Hóa lấy giấy tờ cùng khai sanh đặng làm hôn thú. Chỗ ở không phải ngoài quận lỵ mà phải còn đi xuống cả tiếng đồng hồ vô sâu trong thôn xóm. Nhìn căn nhà lá trống trước trống sau anh cầm lòng không đậu, "bõ công như vầy cũng đáng." Thời buổi nầy giặc cướp như rươi nhưng anh không ngủ lại - mà nếu muốn cũng không có chỗ, nửa đêm anh liều mạng một mình chạy trên con đường đất đỏ giữa hai hàng cây rậm rạp, ra tới tỉnh lỵ Tân An thì trời hừng đông và quá nửa trưa mới về tới quán.

Người ngoài thấy quán lúc nào cũng có người vậy chớ đa số là khách *một đồng đậu ba đồng dâu* uống một ly nước ngồi đấu láo một buổi. Huê lợi chỉ đủ sống cho nên chị phải liều đi mượn nóng ba lượng vàng - xã giao giấy tờ hết một lượng - mai mốt phải trả thành bốn. Thời buổi gạo châu củi quế xã hội chủ nghĩa mà người ta dám cho chị mượn là nhờ có ông tổng thống cờ hoa bảo chứng qua hai thằng con vượt biên lúc trước. Ngoài ra, gia đình chị cũng sắp xuất cảnh và còn căn nhà được đánh giá năm sáu hay bảy cây vàng. Nếu phỏng vấn đậu thì chị Tư phải chung cho bà Thanh má thằng Long hai lượng vàng.

Bữa đi phỏng vấn, dượng Tư chở con Chi theo xuống Sở Ngoại vụ. Nhiều người có vẻ tù cải tạo hăm hở *tám chuyện* tụm năm tụm ba rải rác khắp các con đường chánh rợp bóng mát. Trước hành lang chỗ phỏng vấn nơi được mệnh danh là *lằn ranh sinh tử đổi đời*, xuất hiện đủ loại con lai, trắng có, đen có, ngâm ngâm có, kẻ đứng người ngồi, đi đi lại lại, cười đùa vui vẻ. Mỗi lần có người từ trong hành lang đi ra thì cả đám bu lại hỏi thăm *Đậu-Rớt*. Người đậu mừng như được lên thiên đường, còn kẻ rớt thì mặt tái xanh như tội phạm bị đưa ra pháp trường.

Tới phiên gia đình bà Thanh được gọi vô. Ông Mỹ tự giới thiệu tên là Johnson nói với mẹ thằng Long mấy câu xã giao, hỏi bà làm ở đâu đơn vị nào và cha thằng Long tên gì, bà trả lời bằng tiếng Anh. Ông Johnson có vẻ vui mừng được nói chuyện thẳng với người mẹ có con lai.

Qua cô thông dịch viên, Johnson chỉ bà mẹ, hỏi thằng Long:

"Đây là mẹ em phải không?"

"Dạ, thưa đúng ạ."

Thằng Long trình hôn thú ra.

"Thưa ông, em đã có vợ. Vợ em đang ở bên ngoài, xin cho vợ em được đi cùng."

Ông Mỹ gật đầu biểu kêu vô, rồi hỏi:

"Cô nầy là vợ em thật à?"

"Dạ, thưa đúng ạ."

Đoạn ông chỉ thằng Long, hỏi con Chi:

"Chồng cô tên gì?"

"Dạ, thưa tên Long."

Johnson hỏi tiếp:

"Chồng cô họ gì?"

Con Chi ú ớ một giây, đáp:

"Dạ, tên Long."

Ông Mỹ ngó thằng Long:

"Hôn thú mới làm, liệu vợ chồng có là thật không?"

"Dạ, chúng em mới cưới nhưng yêu nhau thật lòng."

"Hai người quen nhau bao lâu rồi?"

"Dạ. Hơn một năm."

Ông Johnson lại hỏi:

"Vợ em làm nghề gì?"

"Dạ, cô ấy bán quán ạ."

Cô thông dịch dịch:

"The person who serves in the coffee shop."

Johnson nhíu mày hỏi thêm:

"Bán quán là làm gì?"

Bà Thanh xen vô giải thích bằng tiếng Anh.

"Waitress."

Ông Johnson gật gù, lật coi mấy trang hồ sơ lại lắc đầu, nói với thằng Long:

"Tôi không tin hai người là vợ chồng thật nên tôi chỉ cho em đi cùng mẹ em thôi."

Con Chi sợ quá ôm thằng Long khóc òa lên. Thằng Long rút khăn mù-soa ra lau nước mắt cho vợ, dỗ dành nho nhỏ:

"Chắc ông ấy chỉ thử mình thôi, em đừng lo."

Thằng Long xoay qua người Mỹ, cố gắng phân bua:

"Thưa ông, chúng em thực sự là vợ chồng mà!"

Ông Johnson ngắm nhìn hai đứa một lát rồi cười nhẹ nói:

"Nếu thực sự là vợ chồng, tôi sẽ cho hai em đi cùng, nhưng mẹ em phải ở lại sẽ đoàn tụ sau. Em đồng ý không?"

Long khẩn khoản:

"Xin ông cho mẹ em đi cùng. Nhà đã bán, mẹ em chẳng biết ở đâu nữa!"

Nhưng ông Johnson quyết định dứt khoát:

"Em chỉ có hai lựa chọn: Một là đi với mẹ em, hai là đi với vợ em. Sau này, mẹ em sẽ được đoàn tụ ở Philippines. Em chọn đi."

Thằng Long nhìn mẹ nó như nói lời xin lỗi rồi

ngó con Chi, xong trả lời ông Mỹ:

"Dạ, em xin đi cùng vợ. Em cám ơn ông."

Cuối cùng, thằng Long đành phải chọn một trong hai nhưng lòng mừng khấp khởi như được vàng. Mà mẹ nó được vàng thiệt. Nếu phỏng vấn rớt thì *mất* hai lượng vàng. Thật ra nó nghĩ đi với một mình vợ chắc ăn hơn và cũng tiện đôi bề. Nghe tụi đi trước nói qua Phi mỗi gia đình chỉ có một phòng, thật bất tiện cho hai vợ chồng son ở chung với mẹ. Thời gian nầy người Mỹ chưa hỏi một câu lắc léo "Hồi hôm vợ em mặc quần lót màu gì?" Ở bên mình nếu là vợ chồng thiệt đi nữa mà đêm tối đen ai biết cho được.

Trước khi thằng Long xuất cảnh chị Tư phải chung cho mẹ thằng Long hai lượng để bà sắm sửa hành trang lên đường. Từ sau khi phỏng vấn *đậu*, theo nguyên tắc và che mắt thế gian con Chi phải về nhà thằng Long làm dâu nhưng bà mẹ sợ nuôi thêm một miệng ăn tốn kém nên thằng Long ăn dầm nằm dề ở nhà chị Tư và cái quán Thùy Dương. Chị Tư nuôi thêm thằng rể và thằng Long trở thành anh hùng cứu mỹ nhơn bảo vệ cái quán cà-phê.

Kiến trúc cái quán nầy hơi đặc biệt, không phải loại nhà hai từng. Từng dưới chia đôi mà phần buôn bán chiếm hết hai phần ba. Phía sau là buồng ngủ của hai vợ chồng, nói theo tiếng Mỹ là *master bedroom*. Cái bếp và cái cầu bọc ra sau lưng của cái nhà kế bên. Tụi nhỏ ngủ trên gác. Bữa nọ tình cờ lên đó kiếm cuốn sách nhạc Carulli để dợt lại mấy bài guitare cổ điển thì ngạc nhiên thấy hai vợ chồng giả thân mật quá đáng, anh Tư nói với chị:

"Áp-phe với thằng Long mình thua chắc rồi."

"Cái gì thua? Chỉ còn đợi báo chuyến bay là lên đường."

"Chung tiền mà phải lấy nó!"

"Trả tiền chớ đâu phải thiệt mà lấy?"

"Nó dụ con Chi xiêu lòng."

"Sao anh biết?"

"Anh gặp con nhỏ vạch vú cho thằng Long bú."

"Thiệt hôn?"

"Còn hổng thiệt!"

Hai vợ chồng nó đi Phi Luật Tân chừng một hai tháng thì mẹ nó qua. Học chút ít Anh văn và lối sống Mỹ xong khoảng nửa năm thì lên đường. Ba người ở một căn nhà chung cư nhỏ hai phòng do nhơn viên xã hội mướn cho, dù sao bà mẹ vẫn thấy hơi bất tiện. May có quảng cáo cần người ở coi nhà cho một chị chủ tiệm neo chỉ nấu một bữa cơm chiều, bà chấp nhận. Từ đây bà khỏi tốn gì hết mà mỗi tháng dư ra một ngàn tiền mặt để xài linh tinh và cho con cháu bên nhà. Với hơn nữa bà nghĩ "con dâu Nam kỳ không hợp với khẩu vị Bắc kỳ."

Riêng vợ chồng bà Tư cứ ấm ức hoài vì thua trí hai mẹ con thằng con lai. Trong vụ nầy bà nghĩ phe mình bị thiệt thòi, đã chung tiền mà phải cho nó lấy. Hơn nửa năm trời ở Bataan Phi Luật Tân không nói làm gì, đã qua Mỹ hơn nửa năm trời mà nó gọi điện thoại chỉ một hai lần. Trong lúc đó gia đình bà Tư trông đứng trông ngồi mà nó không về Michigan như đã hứa lúc ra đi. Một ngày đẹp trời bà quyết định đưa cả nhà xuống Texas thăm con cháu nhằm lúc hai đứa đang ăn cơm chuẩn bị đi làm ca chiều. Đã vậy nó còn muốn đi làm.

"Cả gia đình xuống thăm, mầy nghỉ một ngày hổng được sao?"

Bà biểu thằng Long cứ đi làm, vô đó xin cho con Chi nghỉ ở nhà một bữa.

"Mầy hứa sao không chịu về Michigan?"

"Con đâu biết làm sao đi. Thậm chí nó đâu có tập con lái xe."

"Bây giờ mầy thương nó thiệt rồi phải hôn?"

Con Chi ngập ngừng rồi gật đầu.

Dì Tư nói, "Đã vậy rồi tao không biết nói sao. Mầy đi trước đi. Tao sắp xếp công việc cho mầy rồi. Biểu thằng Long nếu nó thương mầy thì nó sẽ lên sau."

"Bên nầy nội ngoại chỉ có hai dì cháu." Anh chị con dì Tư nói thêm.

"Nghe lời dì đi con," bà Tư dỗ dành. "Mầy hay nói coi tao như má mầy. Chuyện nầy phe mình có thiệt thòi nhưng tụi bây cũng xứng đôi. Tao với dượng Tư không muốn chia uyên rẽ thúy tụi bây;

chỉ muốn tụi bây về trển sống gần với gia đình dì dượng. Mai mốt thằng Long lên dượng Tư đem vô làm hãng dượng Tư."

Cuối cùng bà Tư dùng bí kiếp *lệ ướt mi*. Bà khóc lóc kể lể hồi đó bà ngoại chỉ có hai đứa con gái là mẹ con Chi và dì Tư -hình như dì Ba chết hồi nhỏ. Nhà nghèo mẹ con Chi không được đi học hằng ngày phải bán cháo nuôi dì Tư ăn học nên dì Tư "phải lo cho mầy." Cuộc thương lượng đàm phán lúc nhỏ lúc to mất mấy tiếng đồng hồ mới có kết quả. Trước khi đi con Chi gạt lệ đọc cho đứa nào đó viết ít chữ từ giã thằng Long không quên ghi địa chỉ nhà dì Tư ở Michigan.

Thằng Long rất khó xử một bên mẹ một bên vợ. Mà nó điển trai như vậy sợ gì ế, "Vợ thì kiếm lúc nào chẳng được chứ mẹ chỉ có một mà thôi." Thương mẹ hồi đó nhà nghèo không chữ nghĩa đi làm bồi phòng sở Mỹ rồi lấy đại một tên lính mới có cái ăn cái mặc sau sanh ra thằng Long. Tới khi mãn nhiệm nó *quất ngựa truy phong*. Nhưng mẹ nó không đi bước nữa mà ở vậy nuôi nó tới lớn khôn. Người ta đàm tiếu rằng tại mẹ nó xấu gái lại lấy Mỹ nên đàn ông không ai dám tới. Nhờ vậy bà được tiếng *tiết hạnh khả phong*.

Thằng Long không đành bỏ mẹ nó ở dưới đó một mình nên chẳng chịu theo vợ lên Michigan. Bà biết hơn ai hết làm như thế là chơi gác người ta nhưng lỡ nhận hai lượng vàng xài hết rồi nên phải làm thinh. Theo bài bản của mẹ nó là không cho con nhỏ lái xe và không cho xài điện thoại. Con nhỏ muốn liên lạc dì Tư phải ra chỗ điện thoại công cộng. Cho nên nó gọi điện thoại rủ rê hoài có lúc con nhỏ muốn xiêu lòng. Thậm chí nó còn hẹn ra chỗ nào đó để nó rước về dưới.

Những lúc như vậy dì Tư nói:

"Dì biết tình yêu đầu đời khó quên. Nhưng tao đâu biểu mầy bỏ nó - thậm chí mầy có bỏ nó phe mình cũng không có lỗi. Nhưng tao không ác đến đỗi chia rẽ tụi bây."

Nó nghĩ đã phận gái một khi đã trao thân gởi phận cho ai rồi mãi mãi là vợ chồng. Nó nói thằng Long không có lỗi gì nên bỏ không đành.

"Không có lỗi hả?" Bà lớn tiếng nhắc lại cảnh nó nhiều lần bị bạo hành do chính nó kể. "Nó đập mầy mềm xương tới sẩy thai mà hổng có lỗi hả?" Thấy nó rưng rưng nước mắt, bà không la nữa.

Một năm qua biết thằng Long đã bỏ cuộc, bà Tư mai mối nó với một anh chàng kỹ sư độc thân lỡ thời *bị cưỡng bức vượt biên* linh đinh ngoài biển cả nửa tháng trời mới tấp được vô tới đảo tị nạn Bi đông, qua đây lúc chưa xong trung học, tứ cố vô thân. Chồng mới của nó mãi tới gần bốn mươi mới gặp nó như Từ Thức lên Thiên Thai gặp tiên nữ. Nó trẻ đẹp chưa có đứa con nào được coi như con gái. Được chồng cưng chìu, ăn sung mặc sướng nên nó mau quên thằng Long bởi nó nghĩ bấy giờ mới đúng là cuộc đổi đời.

Lúc sống hạnh phúc, nó nói nó mang ơn dì

dượng tới suốt đời.

"Nếu không có dì dượng chắc bây giờ con hết coi trâu mướn cho người ta rồi tới tuổi lấy đại một anh nông dân nào đó rồi con bế con bồng nheo nhóc."

Hai đứa con gái nó cũng là con cầu con khẩn. Sau vụ trụy thai ở với thằng Long, nó cứ bị hư thai hoài như có huông. Mấy thằng bạn của chồng nó cố vấn biểu mua hình ba mươi sáu kiểu - không phải sách binh thư tam thập lục kế của Tôn Tử - về coi mà áp dụng! Còn bác sĩ phụ sản khoa thì chỉ vẽ các vị thế giao hợp và cách làm sao để giữ tinh trùng khỏi trào ra ngoài - mắc cười quá!

Nó coi dì dượng Tư như cha mẹ tái sanh của nó và biểu hai đứa con kêu là ông ngoại bà ngoại.

Hai vợ chồng nó làm bao nhiêu gởi hầu hết về bển. Dượng Tư nói:

"Gởi tiền ít ít thôi."

"Thấy má con với anh chị em sống khổ quá con chịu hổng nổi."

"Thì cho đủ sống thôi," dượng Tư can. "Gởi tiền về là nuôi bọn cầm quyền."

"Con gởi cho gia đình mình con mà."

"Cho bất cứ ai cũng là nuôi chế độ vì chúng nó cần đô-la. Chúng nó sống tới ngày nay một phần cũng vì người Việt ở ngoài nầy nuôi đó."

Vẫn trơ trơ, hai vợ chồng nó chẳng những giúp xây nhà mà còn cho tiền làm ăn nữa.

Lúc trước, ngày Hiền Phụ nó còn dắt con về; mấy năm nay không thấy tăm hơi đâu. Bà Tư nghĩ "chắc nó xù mình rồi."

Chợt bữa nọ bà hỏi:

"Hôm đi cắm trại, anh có gặp nó hôn?"

"Có, cả hai vợ chồng."

"Có hai đứa con nó hôn?"

"Có, mà nó đâu có dắt hai đứa nhỏ lại chào ông ngoại!"

"Vậy à, coi chịu nổi hôn?!"

Sau hai mươi năm hầu như anh chị em con Chi mỗi đứa đều có cái nhà gạch tô xi-măng. Bà con khen nó có hiếu biết lo cho mẹ và anh chị em nhưng dượng Tư ngày càng ân hận, "Hóa ra mình là kẻ đồng lõa!"

■ nsh-241126

# GÁC KIẾM

*truyện ngắn*

\* *thân tặng Bảo Định, Nhật Hồng,
và CLB Hùng Sử Việt Michigan*

1

Kế bên cái chợ Hiệp Hòa nghe người ta nói do trong nước tài trợ và nhập hàng trực tiếp bán giá rẻ nên ngày càng đông khách, tiệm phở Kim Nhung ngoài mặt là của một người vượt biên nhưng bên trong do một du sinh làm chủ thiệt sự, đám ma cô đĩ điếm cặn bã của xã hội miền Nam ngày trước mà bây giờ là khúc ruột ngàn dặm đang bàn chuyện về quê ăn Tết. Và nghe đâu còn khen Việt Nam bây giờ ngon lành lắm, nhà lầu và khách sạn năm sao mọc lên như nấm - hơn hẳn hồi trước Bảy Lăm!

Trong đám tị nạn chánh trị nầy có cả những khuôn mặt vĩ đại từng nổi tiếng trong vùng, là khách hàng quen thuộc nên chủ nhơn dành cái bàn trong góc cho quí ngài bàn chuyện quốc gia đại sự, khẳng định rằng nhóm cộng đồng mới, nhóm Hùng Ca Sử Việt, nhóm Nghệ Thuật, đài TV Great Lakes, tờ báo Hương Quê... đều thân cộng hết! Tin sốt dẻo là ông nhà văn làm lễ gác kiếm vào sanh nhựt thứ sáu mươi hai, mấy ông nhà báo địa phương lại hội nghị bàn tròn bàn chuyện thời sự.

Ông chủ nhiệm báo lá cải răng hô mã tấu, mặt dài thườn thượt như mặt ngựa, vừa gác đôi đũa ngang miệng tô vừa nuốt ực một cái rồi nói:

"Thấy ông ấy còn phong độ lắm mà."

Ông chủ bút tờ báo cộng-đồng-ba-người cãi:

"Phong độ gì mà phong độ! Sáu giờ từ lâu rồi!"

"Sao ông biết?" Ông chủ nhiệm ngạc nhiên.

"Chính ông ấy bảo thế!" Ông chủ bút đáp tỉnh bơ.

Thấy tướng tá ông ta roi roi, lanh lợi, đầu hớt cao, tay chơn lông lá tỏ ra là một người mạnh khỏe, ông chủ nhiệm bán tín bán nghi:

"Chắc ông ấy chỉ nói đùa thôi."

Ông chủ bút báo cộng đồng vốn trước đây từng là đệ tử của ông Hùng, liền nói ngay:

"Đùa gì mà đùa! Chuyện ấy từ hồi trong tù đã thế rồi."

Bây giờ người ta gọi là cộng đồng-ba-người vì tự biên tự diễn chớ không ai bầu ra cả. Ông chủ tịch tự xưng bèn phong chức cho hai đệ tử trung thành được vinh danh là nhóm kỹ sư trẻ; không cần che giấu, hai tay cầm hai cái nón cối, ai không theo thì chụp. Riết rồi vùng nầy chỉ còn ba người là chống cộng sản cho nên yếu xìu! Chớ hồi ông Hùng nắm tờ đặc san thì cộng đồng còn lớn và mạnh. Sau, hình như có chuyện xích mích gì đó, ông nhà văn rút lui và giao tờ báo lại.

Ông chủ bút nhiệm kỳ thứ hai theo học nghề lâu năm nên có vẻ rành sư phụ:

"Ông ấy vượt ngục bị mấy thằng bò vàng đánh cho gãy cột sống. Thằng lớn còn hăng nhưng thằng nhỏ thì chết ngắc từ lâu rồi!"

Chỗ hai con mắt tròng trắng nhiều hơn tròng đen của ông chủ nhiệm hiện lên cái quầng đen giống y hịch như hai miếng che mắt con ngựa già của Chúa Trịnh. Những kẻ xấu miệng thì bảo đó là cặp mắt của một gian thần. Ông ta hạ giọng nói đầy ẩn ý:

"Bà vợ còn mướt lắm! Nghe đâu trẻ hơn ông ấy cả con giáp!"

Nhìn kỹ người ta mới thấy mặt ông chủ bút mới chiều dài ngắn hơn bề ngang, trông buồn cười như mặt con chó bò bị dắt đi đấu xảo. Ông ta khẽ thở dài:

"Cũng tội cho bà ấy!"

"Tội cái gì mà tội!" Ông chủ nhiệm mặt ngựa xua tay, đoạn nhếch mép. "Thì chơi bùa chứ còn gì. Mà giờ có loại mới xịn hơn cơ!"

"Hàng mới hả?" Ông chủ bút chó bò đang móc cứt mũi đưa ngón tay trỏ ra xem, tò mò hỏi.

Ông chủ nhiệm bận bịu ăn uống đang hả họng thò ngón cái và ngón trỏ bàn tay phải gỡ rau dính tận răng hàm gật gật cái đầu:

"Ừ! Hàng mới đấy… Cialis!"

Nhưng ông chủ bút thừa kế, vẫn dán mắt vào cục cứt mũi dính trên móng tay, tỏ ý nghi ngờ:

"Thần dược cũng còn tùy người. Không phải ai nó cũng ép-phê. Liệt rồi thì uống cả vỉ cũng chẳng ăn thua!"

Các nhà lãnh đạo đang bàn vấn đề khoa học tiến bộ vượt bực. Bây giờ muốn dài muốn to cỡ nào tùy thích! Không màng chuyện dân oan khiếu kiện hay cầu nguyện tập thể đòi khu đất Tòa Khâm, đề tài lại xoay quanh môn thần dược từng cứu thể diện biết bao nhiêu đấng đàn ông! Rồi lâu lâu lại có thêm loại mới quảng cáo trên hệ thống truyền thông lấn át cả thị trường thuốc ta thuốc tàu. Tiệm thuốc bắc duy nhứt trong khu chợ Việt Nam bèn kiêm thêm cái nghề sang video lậu và cho mướn phim, đồng thời bán vé máy bay về Việt Nam.

Cuối cùng thì những tư tưởng vĩ đại gặp nhau và muốn giữ tư thế thượng phong của đấng nam nhi, giới trí thức kết luận rằng xem phim ba chữ X rồi chơi bùa thì mới chắc ăn!

Trong khi đó, nhận được thơ mời, ông bạn nhà thơ gọi điện thoại:

"Đã báo cáo cộng đồng chưa?"

"Trình rồi, nhưng không dám mời." Ông nhà văn cười.

"Mới sáu hai! Sao vội gác kiếm?" Nhà thơ lại hỏi.

"Chán đời quá!" Nhà văn thở dài.

"Sao chán? Tôi thấy ông luôn luôn lúc nào cũng lạc quan lắm mà!"

"Một người làm mà chín thằng phá thì làm sao mà làm cho được!"

"Mệt mỏi hả?"

Ông Hùng chưa có ý kiến. Đầu dây bên kia im lặng. Ông Hùng suy nghĩ không biết có nên nói hay không:

"Tui vậy mà tụi nó dám nói…"

"Thì… cũng như nhiều người trước đây đã lui về ở ẩn…." ông bạn nhà thơ an ủi.

Ngừng một lát ông cười tiếp:

"Ê hỏi thiệt nghe: Kiếm kia có gác hôn?"

"Nghỉ chơi lâu rồi!" Ông Hùng nói không cần suy nghĩ.

Ông Hùng trông mặt nhăn nheo già háp nhưng còn mạnh khỏe lắm. Chỉ khi nào ông cởi đồ ra người ta mới thấy bắp tay gân guốc đến nỗi thằng cháu nói ông nội muscle! Ông tập thể dục hàng ngày. Sáng nào trước khi tắm thay đồ, ông cũng kéo tạ, loại nhỏ nặng một ký rưỡi dành cho những người chạy bộ. Đã mấy năm nay, sau nhiều lần cố gắng bỏ qua những chuyện thị phi lo làm chuyện phải, nhưng vô vọng, ông muốn lánh mặt giang hồ làm chuyện khác hiệu quả hơn.

Ông ta lý luận, ngày xưa, dân kiếm khách giang hồ không còn muốn tranh danh đoạt lợi mà muốn lui về hưởng thú điền viên thì làm lễ tuyên bố gác kiếm, tức là tuyên bố cho công chúng biết từ nay đương sự sẽ không tham gia bất cứ sanh hoạt xã hội nào nữa, trừ văn nghệ văn gừng. Nhưng ông đâu có ở không được, đến đỗi bà vợ phê bình ông ta còn đi nhiều hơn lúc trước nữa!

Nếu còn ở Việt Nam, ông đã lên hàng lão trượng, vì thường sống tới sáu mươi thì người ta đã tự xem là đủ, và chuyện gia đình giao cho thằng con trưởng hay thằng út quán xuyến đặng mai kia nó tiếp nối sự nghiệp khi ông bà trăm tuổi già. Nhưng ở đây, trong đám bạn bè thì ông già đứng ở cửa giữa, chớ nào đã lên hàng cụ. Cho nên những người quen ông từ lâu đều ngạc nhiên vì mới tuổi nầy tự nhiên ông bỏ cuộc. Chẳng những vậy, sanh nhựt ấy ông ta còn cả gan dám gọi là lễ thượng thọ nữa!

Ông Hồng nhà thơ - chắc nhiều chữ nghĩa, can:

"Sáu mươi hai chỉ mới hơn lục tuần. Nói cho ông biết, bảy mươi trở lên mới gọi thượng thọ nghe ông bạn!"

"Chuyện đó xưa rồi. Anh đừng quá câu nệ hình

thức." Ông Hùng biện bạch.

"Sao vậy?"

"Đầu óc tôi lúc nầy lộn xộn lắm, lúc nhớ lúc quên."

"Cần gì nhớ nhiều, chuyện gì đáng mới nhớ."

"Nhưng khổ nỗi chuyện phải nhớ lại quên!"

Thật ra từ lâu lắm ông có tật hay quên nhưng nhứt là từ hai năm nay, thơ từ biu bọng ông thường bỏ mất, nên nhiều lần bị phạt vì trễ hạn. Cầm xâu chìa khóa trong tay mà ông đi tìm khắp mọi nơi, hết hộc tủ phòng làm việc tới ngăn muỗng nĩa nhà bếp, từ dưới đất lên tới trên lầu. Chuẩn bị đi tắm, ông cởi trần cổ vắt khăn lông, mặc cái quần xà lỏn trắng nhà binh xắn cao lên phơi đám dương mao bạc trắng gần hết và để lòi thằng nhỏ ra ngoài mà ông không biết tới khi bà vợ chọc quê:

"Hết xí quách rồi mà còn bày đặt biểu dương lực lượng!"

Ông không biết chuyện gì:

"Em nói cái gì 'biểu dương lực lượng'?"

"Coi lại mình thì biết." Bà vợ nói mập mờ.

Chợt nhận ra, ông lấy khăn quấn ngang người, cười giả lả:

"Kệ! Lực lượng cơ hữu có bao nhiêu xài bấy nhiêu!"

Nhưng lực lượng cơ hữu thì bất khiển dụng, ông phải xài đơn vị tăng phái nhưng nó khó bảo….

Ông tâm sự với người bạn thơ:

"Năm nay sáu hai rồi, còn chờ gì nữa?!"

Dù không còn đi làm nhưng năm nào ông cũng khám sức khỏe định kỳ, nhứt là sau khi thằng con được mua miễn phí khi sở nới rộng chánh sách bảo hiểm cho cả tứ thân phụ mẫu. Có lẽ bây giờ y khoa tiến bộ nên năm ngoái sau khi bắt ông thổi vào cái ống thử nghiệm xong, bác sĩ cho biết lá phổi già tới 79 tuổi rồi. Cũng may là chưa bị ung thư! Thời gian thái dương hệ không song hành với thể chất của ông: một năm tuổi đời mà phổi của ông chạy nhanh gấp ba lần!

Ông bác sĩ thân thiết nói:

"Nếu bác còn muốn làm nhiều chuyện thì nên bỏ thuốc đi."

"Ờ để rồi tui bỏ!" Ông ậm ừ.

Cũng bà mẹ của ông bác sĩ nầy từ một tiểu bang miền đông ngưỡng mộ tài năng nhơn chuyến thăm con bảo nó dắt tới làm quen. Dù lúc nào cũng bỏ áo vô quần chỉnh tề nhưng chỉ toàn đồ cũ, và cách ăn nói của nhà văn vụng về và nhà quê tới độ như khờ chỉ có thể khiến cho người ta coi thường. Tướng tá ông ta có cao ráo nhưng nhìn mặt mày hốc hác, da nhăn, má cóp, bà đã bất mãn. Đến đôi bàn tay sần sù, quyện màu khói thuốc vàng, móng nổi lên những chỉ đen của người đau gan.

Bà không sợ mích lòng:

"Ông nhà văn mà bàn tay như cầm cày cuốc đất vậy!"

Lần khám sức khỏe sau, ông bác sĩ đưa cho ông một chai dầu:

"Mẹ cháu gởi tặng bác chai dầu xức tay cho mịn!"

## 2

Sanh trưởng ở vùng đồng ruộng, ông nhà văn có biết sanh nhựt là gì ngoài đám giỗ nhưng ông chưa chết nên chưa tới ngày đám giỗ. Ra hải ngoại ông cũng cứ như vậy, nhưng sắp nhỏ nhớ ngày bèn gọi nhau về tổ chức mừng cho ông. Chúng mua bánh sanh nhựt và đốt đèn cầy cho ông thổi, và tặng cho ông khi thì bộ đồ, khi thì cái cà-vạt. Năm ngoái thì chúng hùn nhau lại mua cho ông cái máy cắt cỏ cho ông đỡ mất sức. Nhưng kỳ nầy thì ông chủ động nhứt định làm lớn, làm một lần rồi thôi.

Mặc người ta nói gì thì nói, chuyện ông muốn làm vẫn đang tiến hành. Lần đầu tiên ông mặc áo dài khăn đóng trông càng già thêm nhưng chững chạc và như vậy mới đúng là thượng thọ. Ông rất hãnh diện vì nghĩ rằng đấy mới chính là quốc phục còn vết-tông cà-vạt là quốc phục của Âu Mỹ, chỉ du nhập cùng với bước chân xâm lăng của Pháp. Như vết dầu loang, từng bước văn hóa Âu Tây xâm nhập và bứng tận gốc rễ phong tục tập quán cổ truyền Việt Nam.

Không ham mê quà cáp như tụi nhỏ, điều ông cho quan trọng là khách mời. Không như đám cưới con cái, mời chỉ vì có qua có lại, khách của ông hạn chế những người đáng mời mà thôi. Bà con đối với ông nhiều khi vô nghĩa. Ông phân bạn bè ra làm nhiều loại. Bạn đồng chí, bạn văn nghệ, và bạn nhậu. Bạn nhậu là để thù tạc khi rỗi rảnh và chỉ nói với nhau chuyện khí tượng cho tàu chạy ven biển trên trời dưới đất không ảnh hưởng gì tới tình hình thế giới. Đa số bạn nhậu hiền hậu nhưng đôi khi ngu dốt vì chẳng có đầu óc.

Ông chẳng mời những người bạn nối khố xuất thân dân ruộng và những người bạn chiến đấu ngày xưa mà bây giờ làm chủ hai ba cái tiệm neo, ở nhà trên nửa triệu, cuối tuần đi đánh golf, và hằng ngày dắt chó đi chơi! Gặp nhau họ chỉ bàn mua thêm nhà ở Florida hay ở Việt Nam để chuẩn bị về hưu. Ngày Chúa Nhựt ở nhà thờ và nhà chùa, quý bà trang điểm thật đẹp đẽ, ăn mặc thật sang trọng, và đeo nhẫn hột xoàn vào, khoe nhau các con thành công và mua nhà nghỉ mát ở Las Vegas.

"Còn anh Giỏi anh không nhớ!" Bà xã ông nhắc.

"Đâu phải anh quên, nhưng bây giờ nó chẳng còn điểm nào hợp với mình nữa!"

"Dù vậy, không mời coi sao được!" Bà trách.

"Không thích, gặp nhau càng thêm ngượng chớ ích gì em!"

Trên đời chắc chỉ một mình ông không ham tiền, hay tại ông bất tài không khả năng làm ra của cải như nhận xét của bà xã. Ông cười như nói với chính mình:

"Đánh golf thì anh đâu biết ất giáp gì. Chuyện nuôi chó anh ghét. Làm neo thì anh khi dể..."

Ngừng một lát, ông nhìn bà vợ thương hại:

"Anh muốn tránh cho em khỏi bỡ ngỡ khi gặp mấy bà ấy."

"Mắc mớ gì mà bỡ ngỡ?"

"Các bà nói hột xoàn mấy cara làm sao em biết!"

"Thì nói chuyện khác."

"Chuyện khác họ không biết, hột xoàn thì em không hiểu, em lại buồn trách chuyện ngày xưa!"

Đáng lý ông không nên nói ra chuyện nầy, nhưng không nói thì e bà không hiểu. Bà xã ông làm thinh. Đúng là bà nghĩ về chuyện bốn năm mươi năm trước. Hai người lấy nhau không có một chiếc nhẫn - dù nhỏ xíu bằng vàng tây. Chạy ăn đã là vấn đề sanh tử của cuộc sống. Thời chinh chiến, bà chưa hưởng một ngày yên vui. Rồi hòa bình thì nuôi tù. Ra ngoài nầy lo cày cho con cái đi học. Kế đến là *quá đát* thì đâu có thời giờ mà lo cho cá nhơn mình, chỉ vui niềm vui chung của con cháu.

Người ta để ý thấy ít khi nào ông vui tới như vậy. Bạn bè là những người làm văn nghệ văn gừng và đồng chí dù ông không làm chánh trị. Nguyên buổi chiều tối ngày lễ sanh nhựt, ông ta chẳng ăn một thứ gì, chỉ thù tiếp và uống. Khác với bình thường, trong bộ quốc phục cổ truyền do người bạn thân tặng, người ông như bay bổng, uống thật nhiều mà không say như có ngậm bùa. Bà xã ông dù bên ngoài hay cự nự, cứ mang thực phẩm tới ép ông ăn nhưng ông đâu có màng.

Tiệc nào cũng vậy, ông hay la cà hết đến bàn nầy tới gặp người kia. Không biết chuyện ở đâu mà mấy ông nói hoài không hết. Ông bị bịnh gan không thích ăn uống, riết người còn như "cây tăm xỉa răng" - bà vợ ông nói. Bà sợ ông đói nên phục vụ tận tình, món nào bồi mang ra bà cũng lấy phần cho ông để đầy dĩa. Lâu lâu ông đáo lại như để xem bà xã còn ngồi đó hay không, thì bà lại ép, nhiều lúc khiến ông bực mình.

Bà xã phê bình:

"Anh nói đàn bà ngồi lê đôi mách nhưng thấy ông còn quá cha!"

"Bình thường ai cũng lo gia đình, chỉ những dịp như thế nầy mới gặp."

"Thì nói xã giao thôi!"

"Có thằng chỉ chào hỏi xã giao nhưng có người

phải tâm sự mới thỏa lòng!"

Gần cuối tiệc, người ta thấy ông chỉ ăn mấy miếng dưa hấu và vài cái bánh rau câu. Cái món thạch - Bắc kỳ, là do một người bạn gái mang tới. Ông là chủ tiệc mà hình như chẳng biết mình đãi khách những món gì. Sau nầy nghe có người khen món tôm lăn bột ngon thì ông ngớ người vì ông chưa hề biết có món đó. Bà xã ông nói, "Tại anh bịnh không thích ăn nên anh tưởng ai cũng vậy, nhưng thật ra đa số người ta muốn ăn ngon nên xem thức ăn đãi khách là quan trọng! Thậm chí, ở những đám cưới, quà cáp nhiều ít tùy thuộc vào có ngon miệng hay không."

### 3

Sau giấc ngủ dài như trẻ thơ, mãi tới trưa ngày hôm sau ông mới bò dậy nổi. Uống cà-phê xong lại lái xe chạy bốn mươi phút đi họp chuẩn bị trại Mùa Trung Thu mãi tận nhà anh Tân ở khu đồng quê. Trước khi họp hành, anh huynh trưởng hướng đạo đãi cá hấp salmon cuốn với bánh tráng rau sống. Chiều lại chạy một tiếng đồng hồ, đi sanh nhựt thôi nôi đứa cháu, chúng nó đãi ăn thịt bò lụi và uống rượu mạnh.

Rã rời như vậy, không biết thứ nào hành ông mà nửa đêm ông sung độ muốn rút kiếm. Ông nhớ lại buổi chiều trên xe, bà xã thắc mắc chuyện ngủ đò trên sông Hương ngoài Huế:

"Có thiệt vậy hôn?"

"Sao lại không? Đó là cái thú mà!" Ông quả quyết.

"Hồi đó đi biệt phái anh có ngủ đò hôn?"

"Cũng có thử qua cho biết."

"Ý em muốn hỏi cái chuyện kia kìa!"

"Chuyện gì?" Ông giả dại.

"Chuyện trai gái ấy mà!"

Ông thuộc bài thiệu của gia sư "dù bị bắt tại trận cũng vẫn không nhận tội!" quả quyết chối phăng:

"Không!"

"Vậy chớ thử cái gì?"

"Ờ thì uống rượu ca hát." Ông ú ớ.

"Anh mà ca hát cái gì?!"

"Có năm ba sợi vô mới hứng!"

Bà bảo chuyện lâu quá rồi không ghen tuông làm gì nữa:

"Hứng rồi tới luôn. Ai cản mấy ông được!"

Ông dốt mà cứ tưởng bà khờ. Hóa ra bà đọc thú ngủ đò ở đâu đấy, còn rành hơn ông nữa. Bác sĩ Lê Văn Lân kể chuyện một ông văn nhơn gốc hoàng tộc lúc phê quá bất kể nhân sự khiến đò chòng chành, nước sông Hương dậy sóng. Bèn ra câu đối rằng:

"*Tau nắc mi, mi nắc nốc, nốc nắc nác, bỗng dưng Hương Thủy nổi ba đào.*"

Cô nghệ nhơn cũng là một tay thơ phú đáp lại:

"*Ông sinh cha, cha sinh con, con sinh cháu, đa đoan truyền tử với lưu tôn.*"

Ông nắm tay bà:

"Câu đối trên hơi thô tục. Anh thuộc câu nầy văn chương hơn:

"*Trai Hốc Môn vừa hôn vừa móc,
Gái Gò Công vừa gồng vừa co.*"

"Hai câu đối đáp nầy còn tục tĩu hơn!" Bà phê bình.

"Nghe tục tĩu và gợi hình trắng trợn. Nhưng về phương diện văn chương, quả thật đối nhau chan chát. Danh từ riêng đối với danh từ riêng. Bốn động từ *hôn* và *móc* cũng như *gồng* và *co* là tiếng nói lái của hai danh từ riêng kia!"

Đang hứng chuyện văn chương hạ giới, ông nói luôn:

"Anh biết còn một câu đối nữa cũng dùng danh từ riêng và nói lái rất hiểm hóc..."

Ông ngừng lại để cho bà tò mò hỏi:

"Câu gì mà hiểm hóc dữ vậy?"

Lúc ấy ông mới từ từ tiếp:

*"Gái Củ Chi chỉ cu hỏi củ chi?"*

Như sợ bà không hiểu hết ý nghĩa, ông lại giải thích:

"Cẩn thận câu nầy! Chữ Củ Chi đầu là địa danh, chữ củ chi sau là hỏi củ gì, thí dụ như củ khoai môn, củ khoai từ chẳng hạn! Chỉ cu là đưa ngón tay chỉ con cu, Bắc kỳ người ta gọi là con chim đấy, không phải con chim bay trên trời đâu! Mãi cho tới bây giờ chưa vẫn chưa có ai đáp được!"

Đến tối, câu chuyện ngủ đò và hình ảnh tục tĩu của câu đối văn chương hình nhi hạ hai ông bà đấu hót tào lao lúc ban chiều cứ ám ảnh ông hoài khiến nửa đêm chợt thức, cảm thấy phong độ như thuở thanh xuân! Ánh sáng lờ mờ yếu ớt của cái đèn ngủ cắm chỗ ổ điện dưới gầm bàn hắt lên trần những vệt tối. Bức tường màu xanh lợt huyền ảo như không gian lãng mạn của căn phòng khách sạn khi hai người đi du lịch năm nào. Ông ngồi dậy, phân vân....

Bà xã ông trong dáng nằm hớ hênh của một người phụ nữ bất cẩn, cái áo cánh mỏng bung nút khêu gọi, đôi vú chảy xệ xuống hông gần tới lưng quần. Vang trong đêm tối, tiếng ngái ngày càng lớn, khuấy động sự tập trung tư tưởng của bất cứ ai ngủ chung, vọng tới bên ngoài nghe ám ảnh nếu không đóng kín cửa. Không giống như tiếng đứa cháu tám tháng tập làm trời mưa, đôi môi bà phập phồng theo nhịp thở làm rung hai cánh mũi lân, mà từ khi cắt bớt tới giờ bà không cho ông đụng mạnh!

Tuy nhiên, ở cái tuổi gần đất xa trời, bao nhiêu đó dù không mới mẻ cũng gợi cho ông một cảm giác quyến rũ quen thuộc và như sợ mất mát vì không còn kịp với thời gian. Bà cựa mình chép miệng nói ú ớ vài lời không rõ một thứ ngôn ngữ trẻ con. Khi ông cúi xuống định hun vào đôi môi xâm hồng hình trái tim, hiện ra những nhúm lông lá và chất ẩm ướt trong vòm sâu hút như hai hốc mắt đầu lâu, và ông khựng lại!

■ nsh-130514, nhuận sắc 241126

# CHỜ CHỒNG

*truyện ngắn*

# 1

Cả cái ấp Phước Hưng bùng lên như ngày hội. Mọi người già trẻ bé lớn hoan hô hòa bình lập lại. Chị nữ công nói ký Hiệp định Giơ-neo-vơ rồi. Hai bên không còn đánh đấm bắn giết nhau nữa, bọn nó vô đây trả miền Bắc lại cho mình. Bây giờ anh chị em kháng chiến tụi mình tạm thời đi tập kết ra ngoài hai năm trở lại giải phóng miền Nam. Bộ đội về chia nhau đóng quân ở những gia đình khá giả, bà con cô bác thay nhau nấu cơm nước gói bánh tét bánh ích đãi đằng những người con yêu của đất nước.

Rồi sau đó tổ chức văn nghệ công khai chớ không còn lén lút như lúc trước nữa. Kỳ nầy có cả ban văn công tỉnh về biểu diễn, và chương trình thực hiện tại gia đình ông Chín Chòi nhờ ngôi nhà ba căn ba phía có vườn và sân gạch rộng phía trước. Đêm văn nghệ hát *đoàn quân đi chung lòng cứu quốc bước chân dồn vang trên đường gập ghềnh xa* và anh Tư Đô Lương hát *đoàn quân Việt Nam đi, sao vàng phấp phới... lẻ bảy, tiểu đoàn ba lẻ bảy*. Anh dứt bài bằng cách nhấn mạnh ba lần *lẻ bảy lẻ bảy lẻ bảy* khiến hào khí ngất trời.

Cũng có tưởng nhớ các anh hùng liệt sĩ đã hy sinh của ấp Phước Hưng, của xã Long Hòa, của huyện Cần Đước, và của tỉnh Long An. Không biết cờ Phúc Kiến ở đâu mà họ treo đầy dọc theo các sợi dây hai bên sân khấu. Bác Bảy trong xóm lâu nay không ai thấy nay lại xuất hiện là bí thơ xã báo cáo tình hình đất nước, *Pháp thua ta thắng*. Rồi đây ta sẽ xây dựng xã hội chủ nghĩa đúng theo mô hình của đàn anh Liên Xô sẽ không còn cảnh người bóc lột người nữa. Cuối cùng mới tuyên bố khai mạc ngày lễ hội.

Nhưng mục chánh của đêm văn nghệ là tổ chức đám cưới tập thể cho các cặp tình nhơn. Ban đầu thì những anh chị đã yêu nhau muốn ra mắt với bà con và đồng thời được tập thể hợp thức hóa. Sau hết người nên phải đưa bộ đội độc thân đội nón sắt bằng tre bọc nhựa trang bị đủ thứ võ khí thô sơ như mã tấu và dao rựa cùng một cây súng tâm-xông lên sân khấu trong lúc văn công hát những bài ca tụng chiến công cách mạng *đường vinh quang xây xác quân thù*. Được người dẫn chương trình khích động thì cả những cô những chị chưa hề quen biết mấy anh chàng bộ đội cũng lên bắt cặp rồi ông bí thơ đại diện đảng tuyên bố từ bây giờ trở đi họ là vợ chồng.

Tổng kết buổi văn nghệ có chín cặp mới kết hôn. Sau đó tân lang về ở nhà tân nương luôn cho tiện việc sổ sách. Chị Út trong số nầy nhưng không phải bắt cặp mà anh chị xóm trên xóm dưới yêu nhau lâu rồi. Sẵn dịp tập thể hợp thức hóa cho anh chị luôn. Chị từ giã cha mẹ về nhà anh chớ anh không về ở rể như những người khác vì mấy anh chị lớn lần lượt hy sinh trong kháng chiến. Bởi chồng chị là con út và bấy giờ là con một nên ông già bà già khá lớn tuổi lại sầu khổ vì đẻ đứa nào ra đều hiến cho cách mạng hết mà hòa bình lập lại không còn đứa nào trở về.

## 2

Sau đám cưới tập thể được hai ba tháng, thanh niên đi hết phân nửa, còn những người ở lại thì long nhong. Mấy đứa bạn có nghề nghiệp thì làm ăn chờ có lịnh của chánh quyền mới thì giả bộ đi trình diện. Mùa màng thì đã thu hoạch rồi, anh Út đâu có bận bịu chuyện gì bèn nảy ra ý tưởng muốn đi tập kết. Hai ba tháng chăn gối chưa đủ tình chồng vợ, chị Út dù còn quyến luyến nhưng cũng không ngăn cản vì chị biết có can đi nữa ảnh cũng chẳng đổi ý.

Ông già lên tiếng:

"Mấy anh chị mầy đóng góp cho cách mạng như vậy là quá đủ rồi."

"Nhưng đất nước mình chưa thống nhứt." Anh Út kèo nài.

"Thì để những người khác thống nhứt chớ đâu phải chỉ gia đình mình." Ông già cố khuyên.

Bà già xen vô:

"Ba mầy với tao già rồi làm sao lo nổi cái nhà nầy."

"Còn vợ tui chi?"

"Một mình nó làm sao cáng đáng nổi."

Anh Út đang hăm hở muốn thống nhứt đất nước càng sớm càng tốt mà nếu anh không đi là thiếu bổn phận làm trai đối với tổ quốc. Và anh đi thiệt, bất cần nhà cửa ruộng nương bỏ lại cho người vợ trẻ cùng cha mẹ già yếu bịnh hoạn rề rề. Khi anh còn mịch mù ở phương trời Bắc kỳ xa xôi nào không ai biết được thì ở quê nhà ông già bà già của anh lần lượt qua đời. Một tay chị lo mồ yên mả đẹp cho cha mẹ chồng, lo canh tác ruộng vườn, thờ cúng, chăm sóc mồ mả tổ tiên bên chồng; bên chị thì còn thằng em trai lo cho cha mẹ.

Anh Út đâu biết lúc anh bỏ nhà cha mẹ và người vợ trẻ ra đi theo tiếng gọi núi sông cũng là lúc mầm sống anh gởi lại chị lớn dần và chị sanh một thằng con trai giống hịch anh như hai giọt nước. Chị đặt tên nó là thằng Chờ ý nói chị trông ngóng chờ anh về. Đâu có lâu lắc gì chỉ hai năm tổng tuyển cử là anh về sum hợp với mẹ con chị. Thanh niên chạn tuổi chị, những người góa vợ, và cả những người có gia đình nữa cũng bu quanh ve vãn.

Sau hai năm rồi ba bốn năm năm cũng chưa thấy tăm hơi gì của anh Út, bà con lối xóm có người thương cảm hoàn cảnh đơn chiếc biểu chị bước thêm bước nữa đi hơi đâu mà chờ.

"Mầy còn trẻ mà ở vậy cũng tội."

"Cô còn trẻ mà ở vậy cũng uổng."

"Có thêm một tay đàn ông cho đỡ cực khổ."

"Nó đi mất tiêu mà mầy chờ tới chừng nào?"

Chị Út vẫn một lòng trung trinh chờ chồng.

## 3

Cũng may là chị có thằng Chờ hủ hỉ qua ngày chớ nếu không có nó chị sống như chiếc bóng. Hồi khoảng giữa năm 1955 sau cái ngày kết hôn tập thể cũng có mấy đứa con nít mang hột giống đỏ ra đời. Khai sanh của tất cả bọn nó cũng như của thằng Chờ trong mục tên cha nhơn viên hộ tịch ghi là vô danh như là mấy bà mẹ lấy trai đẻ ra tụi nó vậy. Rồi tới tuổi nó cũng đi học như những đứa khác trong ấp trong làng. Trừ mầm non cách mạng học hết tiểu học thì nghỉ, thằng Chờ vẫn tiếp tục.

An ninh xã vẫn biết cha nó đi tập kết nhưng không ai làm khó dễ gì nên nó học tới gần hết đệ nhị cấp. Lúc nắm cái bằng tú tài trong tay nó muốn đi lính nhưng chị Út không cho:

"Ba mầy làm cách mạng mà mầy đi lính là sao?"

"Ba chết rồi, cách mạng gì nữa, má? Mấy ổng trốn đâu mất tiêu hết rồi."

Nó chỉ qua đám ruộng hướng đông:

"Hồi đó chỗ mình mấy ổng hoạt động gần như công khai. Bây giờ lính họ lập cái bót ngay nhà chú Năm Diếp. Có thấy mấy ổng léo hánh về đâu?"

"Làm cách mạng thì có thắng có thua như nước ròng nước lớn vậy."

Chị Út cố cãi thằng Chờ nhưng lòng chị cũng hơi hoang mang. Mấy năm nay trong xóm im ru đâu có thấy bộ đội về. Hồi đó lính Bảo An chưa dám một mình đi tới cầu Ông Tánh mà bây giờ tụi Địa Phương Quân ăn dầm nằm dề ở xóm mình và nhậu với mấy ông già. Nói hai năm thì trở về mà sao bây giờ tới mười mấy hai chục năm rồi mà chưa nhúc nhích gì hết.

"Má muốn con đi theo cách mạng phải hôn?" Thằng Chờ làm bộ hỏi dò.

Có tin đồn những người tập kết về giải phóng miền Nam mà ảnh không về chắc ảnh hy sanh rồi, chị bèn họa hình anh đưa lên bàn thờ mà năm nào chị cũng lấy ngày anh ra đi làm ngày đám giỗ. Sau cái vụ tập kết chừng năm sáu năm mấy ảnh có nổi lên quậy một thời gian bị càn mấy lần chết cũng gần hết nếu không muốn nói chết hết, đặc biệt sau Tết Mậu Thân 1968. Lúc đó hai bên hưu chiến cho lính về ăn Tết với gia đình thì *phe ta* lợi dụng cơ hội tổng tấn công khắp miền Nam.

Giờ thì chị Út hơi hoang mang. Nhưng thằng Chờ biết không lay chuyển ý chí của mẹ, tiếp:

"Nếu má bắt liên lạc được, mấy ảnh về rước con đi."

Lúc nầy chị Út đào đâu ra một tên cách mạng.

Và cuối cùng thằng Chờ trốn nhà đi luôn.

## 4

Chị tưởng chờ anh hai năm vậy mà năm nầy tới năm khác khiến con người chị héo mòn như cây khô mùa hè thiếu nước. Cây dừa ở góc hướng tây giáp con đường ranh hai xã Long Hòa và Phước Vân đã cao tới ngó mút con mắt. Mấy cây bưởi cây cam cây quít đã già cỗi đi rồi. Trong lúc mọi người kể cả các cô bị khích động lên sân khấu bắt cặp lấy chồng chiến binh đã quên chuyện cũ, nhiều người đã lấy chồng khác làm ăn coi như đó là chuyện vui chơi qua đường, và thậm chí mấy chị lỡ có bầu cũng đã bước thêm thì chị càng nhớ anh Út.

Hai năm kéo dài tới hơn hai mươi năm. Hai mươi năm thanh xuân của chị sống trong hy vọng chờ một hình bóng thời son trẻ. Mặc dầu đưa anh lên bàn thờ nhưng chị vẫn không tin anh chết nên mong chờ, chờ cho tới ngày ông gì làm tổng thống chưa đầy một tuần tuyên bố miền Nam đầu hàng biểu quân đội buông súng. Sau ngày đó trong số những người hồ hởi phấn khởi chắc chị Út là người vui nhứt. Chị mong mỏi anh không tính từng tháng từng tuần mà tính từng ngày.

Hồi đó theo lịnh trên không nhứt thiết phải tất cả đều tập kết mà chia ra một số phải ở lại. Trong số người đi chỉ có một mình chú Tư Bốn trở về mang cái túi dết đội nón cối nhựa xanh - thay cái nón sắt bằng tre bọc ni-lông khi xưa - đi dép bằng vỏ xe, có mang cây súng sáu. Chú nói sau cái vụ dân tập kết Nam kỳ nổi loạn vì bị phân biệt đối xử thì họ phân tán tản lạc hết chớ đâu cho ở chung một đơn vị, nhiều lắm là hai ba người. Hầu hết bị đày lên miền thượng du làm rẫy làm rừng, một số cho chăn nuôi bò.

"Nếu không có giấy báo tử thì chắc ảnh còn sống mai mốt sẽ về," ông Tư Bốn an ủi bà Út.

Hy vọng của bà Út bấy giờ dâng lên tới chín mươi chín phần trăm. "Cho dù ít nhưng cũng có người trở về chớ đâu phải không." Ngoài vườn, bà dọn dẹp tàn rơi lá cũ và rác rến gọn gàng sạch sẽ. Bên trong, cặp đèn và bộ lư hương trên bàn thờ được bà lau chùi không biết bao nhiêu lần, đồng đã lên nước sáng trưng như những lần chuẩn bị ăn Tết, nhà cửa trên dưới trong ngoài luôn tươm tất và ngăn nắp. Bà sợ để bề bộn thì bà chưa trọn phận vợ hiền và có thể bị ổng quở là đàn bà không đảm đang.

Đâu đã lớn tuổi chỉ vòng vòng khoảng bốn mươi, lòng bà rạo rực tình chăn gối cho dù hai mươi năm bà không hề mơ màng chuyện đó. Thiếu gì người khoảng tuổi bà vẫn còn đẻ chửa. Bà muốn sanh thêm một đứa con gái đặng nhà có anh có em. Nghĩ chợ Tân Thuận gần mà phải đi ngược về hướng tây chắc không đủ hàng, bà đi chợ Rạch Kiến mua sắm đồ nghề phụ nữ mà bấy lâu nay sống độc thân bà hầu như quên. Lòng vui như ngày cưới, bà dọn dẹp trang trí phòng riêng trải chiếu bông chờ ngày hợp cẩn giao bôi.

## 5

Cuối năm khi ngọn gió bấc thổi về mang theo cái giá lạnh miền Bắc cũng là lúc bà con chuẩn bị ăn Tết, cái Tết đầu tiên sau đại thắng mùa xuân lại không vui nhộn và ồn ào như hồi đình chiến hai mươi năm trước. Không có bộ đội về ăn Tết với nhơn dân thắng lợi. Hai thằng con của bà Tư Đức với mấy đứa ly khai chết mất hết đâu có đứa nào về. Bà Tư không còn làm trưởng ban nữ công xem ra bà không còn sung như hồi đình chiến.

Tất cả những người gọi là có công với cách mạng đều được phát một tấm bằng khen, một lá cờ Phước Kiến, và một bức hình Tám Keo biểu đem về chưng trên bàn thờ ông bà cha mẹ và treo ở chỗ trang trọng nhứt. Rồi kế đó bất kể các bà mẹ Việt Nam anh hùng từng đào hầm nuôi giấu cán bộ và những người có công cách mạng, tất cả thổ cư bị kiểm kê, trâu bò heo cuối phải đăng ký, còn ruộng nương thì vô hợp tác xã. Mình làm ruộng mình mà phải chấm công còn tệ hơn lúc mình là tá điền làm mướn cho chủ điền.

Bà con thắc mắc:

"Sao cách mạng thành công rồi mà mình khó sống hơn thời ngụy?"

Ban hội tề trả lời:

"Đó là chánh sách nhà nước."

"Chánh sách gì kỳ vậy?"

Các anh chánh quyền nói không được phê bình chánh sách của đảng vì đảng là đỉnh cao trí tuệ loài người. Bây giờ mình chiếm được miền Nam rồi thì mình sẽ xây dựng xã hội chủ nghĩa theo mô hình của đàn anh Liên Xô, như bác nói đất nước mình sẽ dân chủ gấp mười lần ngày xưa. Sẽ không còn đàn áp, không còn bắt lính, và không còn đóng góp cho nhà nước nữa.

Hồi đó mơ một xã hội công bằng không người bóc lột người, nhơn dân sẵn sàng hy sanh cả mạng sống chớ không riêng gì nộp thuế, ủng hộ cách mạng, đảm phụ quốc phòng nuôi quân, và đóng góp rất nhiều thứ khác. Nhưng bây giờ cách mạng thành công rồi mà cực khổ còn hơn lúc kháng chiến, nhiều người đem giấy đóng góp cho cách mạng lúc trước đòi nợ thì được trả lời huề vốn bèn đem về làm tấm bùa hộ mạng cho dù bấy giờ nó cũng hết linh như hồi trước.

Trong khi bà con hoang mang với "chánh sách gì kỳ vậy?" thì chỉ có bà Út là vui nhứt vì nghe tin người chồng yêu quý trở về. Và ông Út trở về thiệt.

Nhưng ông Út trở về đem theo bà vợ và đứa con ngoại quốc xứ đàng ngoài.

"Họ nói tiếng gì không ai hiểu." Bà con ngạc nhiên.

"Đã có vợ rồi khi không lấy người ngoại quốc đem dìa? Không biết làm sao giải quyết đây?" Có người hỏi nhưng ông Út ú ớ không trả lời.

Và bà Út bị hai mẹ con người vợ cách mạng đuổi ra khỏi nhà./.

■ nsh-241024, nhuận sắc 241126

# BÍ MẬT CỦA NÀNG

*truyện ngắn*

*"... anh Ninh người yêu cũ năm 1964 khi anh ấy đóng quân ở sát bên nhà tôi. Ngày nào anh ấy cũng đưa tôi đi học, ra chơi tôi cũng thấy anh ấy đi tới, về nhà gặp anh ấy ở nhà, anh ấy đã cưa đổ một nữ sinh mới 17 tuổi."*

# 1

Lúc cô nữ sanh trổ mã thì có rất nhiều chàng bu quanh, từ mấy anh trong xóm tới học trò cùng lớp cùng trường và nhiều người nữa. Bọn thiếu niên trong xóm không có trong mắt của giới nữ lưu các cô vì học chưa hết tiểu học đã nghỉ ở nhà long nhong hoặc làm việc lặt vặt đợi đúng thời cơ là lập gia đình. Lũ học trò trong lớp đều là đàn em vì chúng là con nít mới lớn chưa biết yêu là gì sao dám rớ tới các chị. Sau khi gạn lọc rồi có tất cả hai chàng lọt vô vòng chung kết.

Anh Huân là con áp út của ông bà Năm sống trong một ngôi nhà nền đúc kiểu Tây cách nhà cô một con đập. Anh Huân bằng tuổi chị hai cô nghĩa là lớn hơn cô năm tuổi. Lúc cô học đệ Thất thì ảnh đã lên Trung học Pétrus Trương Vĩnh Ký ở Sài Gòn rồi. Chừng một hai tuần ảnh mới về một lần và mỗi lần như vậy cô đều nhờ ảnh giải những bài toán khó. Người ta không biết bà con thế nào mà cô phải gọi mẹ của ảnh bằng bà. Tuy nhiên, cô vẫn xưng hô với ảnh bằng anh chớ không kêu chú.

Tự nhiên một bữa ảnh dắt về một anh chàng thơ sanh mặt búng ra sữa nói là em kết nghĩa. Trước nay anh ta ở trọ một ngôi chùa có phòng thuốc nam phước thiện bên Phước Đông nên trông có vẻ đạo mạo thầy tu. Tưởng ai xa lạ hóa ra anh chàng nầy học đệ Tứ cùng trường trước nay nghe danh nhưng cô chưa chạm mặt. Mà một khi chạm mặt là cô có cảm tình liền bởi cái bản tánh của cô là thích trai đẹp. Bởi học giỏi nên anh chàng thay anh Huân đứng lớp dạy kèm toán cho các em nhỏ. Nói nhỏ chớ thật ra cô nào cũng sẵn sàng yêu.

Thầy giáo trẻ nầy từ Rạch Kiến xuống Cần Đước học. Hết lớp đệ Tứ lên Trung học Cần Giuộc rồi lên Chu Văn An ở Sài Gòn. Những tháng học thì cứ cách tuần còn mùa hè thì thường xuyên kể cả ngày thường. Vì vậy mà thầy có thì giờ kèm cô nữ sanh một cách tận tình. Còn cô thì chấm thầy trẻ đẹp trai nầy vì ngoài ra không còn ai ngang cơ thầy về học giỏi cũng như đẹp trai. Các tài tử Trần Quang, Hùng Cường, và Thành Được... chưa chắc qua mặt được thầy bởi nếu học giỏi mà xấu trai cũng không lọt vô mắt xanh của cô.

Bởi tình yêu đậm đà tha thiết da diết bất kể trời

trăng mây nước nên năm cuối anh chàng thi rớt. Xóm làng đã bị giặc chiếm hết đường tiếp tế, không nghề nghiệp, không nơi ăn chốn ở, chàng bèn tình nguyện đi lính. Anh nhập ngũ một phần cũng vì cái bụng của cô học trò u lên bất tử. Một khi không còn giấu được nữa làm sao tiếp tục lên đệ Tam thì cô cuốn gói theo chàng vô trại gia binh sống luôn. Đứa con đầu lòng sanh ở nhà thương thí Phạm Hữu Chí ở Biên Hòa.

"Nó ra sao, má?" Cô lo lắng hỏi.

"Thằng nhỏ coi kháu khỉnh nhưng sao nước da nó đen không giống của hai đứa bây?" Bà mẹ trả lời, hơi thắc mắc.

"Chắc tại mới đẻ nó chưa rõ người…" cô hoang mang, đánh trống lảng. "Lớn lên mới biết được, má."

Và thằng bé lớn lên càng khỏe mạnh nước da bánh ích nhưn đậu chớ không thể nào thành bánh ít nhưn dừa được. Anh học trò Ngô Thành Khôn năm xưa học ở đâu đó về nhiễm thể di truyền cách đời nghĩ nó giống ông nội hay chú nó nên nước da ngâm ngâm. Bởi vậy cô nghĩ thương hại anh chồng khờ, "Khôn mà đâu có khôn!" May mà vài năm sau cô sanh thêm một đứa con gái nữa. Rủi là nước da nó trắng phân biệt rõ ràng với thằng anh. Rồi lăn lộn với cuộc sống nhà binh rày đây mai đó. Rồi *trời sập* phơi bày ra một ngục tù tăm tối. Rồi anh chồng không tội tình gì tự nhiên bị đi ở tù.

## 2

Xã của cô nữ sanh là quận lỵ mặc dầu nhà ở ngoài rìa lỡ chợ lỡ quê chớ không ở trung tâm thị trấn. Bao nhiêu năm nay chưa bao giờ thấy một thứ lính nào khác ngoài nghĩa quân và địa phương quân. Bỗng đâu bữa nọ nhiều lính rằn ri với đầy đủ súng ống tủa vô xóm tìm chỗ đóng quân. Mấy người lớn đồn là lính nầy sẽ hành quân sang quận Tân Trụ và Bình Phước đặng tảo thanh tiểu đoàn cơ động tỉnh Long An của Việt cộng mới về. Dân các làng bên đó xuống tỉnh lỵ Tân An mua đồ tiếp tế, còn dân gần bên nầy chỉ băng qua con sông Vàm Cỏ đi chợ Cần Đước.

Sáng hôm sau nhằm ngày Chúa Nhựt thì mọi chuyện ra lẽ không còn đoán già đoán non nữa. Xóm nhỏ cư ngụ chừng mươi gia đình mà đa số trong làng Tân Chánh tản cư từ hồi giặc về. Hầu hết họ cất nhà lá tạm bợ dọc theo phía tây con lộ đá đỏ chạy ra chợ đợi yên giặc trở về quê. Cách nhà cô một căn là ngôi nhà đúc mái ngói tường gạch ngon lành nhứt trong xóm là của ông Chín Thơ thợ mộc có con Vân chạn tuổi cô là nơi đóng quân của vài ba ông lớn -mấy bác già nói bộ chỉ huy, có cả một người Mỹ nữa.

Một anh lính cũng có vẻ chỉ huy đóng ở nhà đối diện nói với cô nữ sanh:

"Đây là Đại đội 2 của Tiểu đoàn 3 Thủy quân Lục chiến."

Cô không biết mấy danh từ nhà binh gọi tiểu

đoàn đại đội là cái gì nhưng có nghe danh lính mặc đồ rằn ri như Nhảy dù, Biệt động quân, và Thủy quân Lục chiến đánh trận dữ dội lắm.

"Cái ông hay đi với thằng Mỹ là đại úy đại đội trưởng của tui đó," anh lính nói. "Thằng Mỹ là cố vấn của ổng."

Lúc anh lính nầy ra về nghe mấy ảnh xì xào "cái nào ăn thì ăn cái nào cúng thì cúng" nhưng cô nữ sanh học tới đệ Tứ vẫn chưa hiểu hết ý nghĩa.

Ngang qua trước nhà cô là con đường đất đỏ chạy vô bến đò Bà Nhờ và xã Tân Chánh bấy giờ hết tiếng ồn ào của người mua kẻ bán, chỉ còn mấy anh lính tới lui. Sương mù tan đi nhường chỗ cho nắng sớm mai đẹp trời báo hiệu một buổi sáng yên bình. Khoảng chín mười giờ thì một anh lính qua nhà cô. Mới nhìn thì bên ngoài mọi người lính đều giống nhau, họ mặc quần áo rằn ri, mang súng ống, và đeo bảng tên nhưng anh lính nầy không mang súng, da sạm nắng phong sương, tướng tá phương phi lại đẹp trai như tài tử đóng phim khiến cô nữ sanh bối rối.

Anh lính lên tiếng trước, nụ cười nở trên môi:

"Chào em gái."

Ảnh nói tiếng Việt nhưng giọng lạ không giống người trong Nam mình.

"Chào anh," cô đáp lại, ngập ngừng vì chẳng biết nên xưng hô thế nào cho đúng kiểu nhà binh.

Cô nghĩ anh ta là sĩ quan nhưng lon của ảnh có nhiều gạch chớ không giống như của mấy ông sĩ quan đeo bông mai mà thỉnh thoảng cô có thấy ngoài quận. Nhiều bông mai vàng thì cấp bực càng lớn, cứ đếm bông mai mà tính cấp bực như đếm nút bài cào: một bông là thiếu úy, hai bông là trung úy, và ba bông là đại úy. Tuy vậy, ông quận trưởng đeo ba bông mai mà mấy người lớn gọi ổng là ông quan ba giống như họ gọi các quan thời Pháp.

"Em gái học trường ngoài chợ phải không?" Anh hỏi, dù có vẻ anh đã biết câu trả lời, vì cả vùng nầy chỉ có một trường trung học duy nhứt.

"Dạ," cô đáp nhẹ nhàng, không mời anh ngồi và không biết nên nói hay hỏi gì thêm.

"Em học đệ mấy rồi?"

"Dạ đệ Tứ."

"Em học có giỏi không?" Giọng anh thân thiện, ngọt ngào.

Cô hơi lúng túng. Đây là lần đầu tiên cô nói chuyện với một người lính, thành ra không biết phải đáp lại thế nào. Trong lòng cô chỉ mong có con Vân ở đây cứu bồ. Nó lanh lợi, khéo ăn nói, mà nghe đâu cũng cặp bồ với ai đó trong xóm nên nó dạn chớ không nhút nhát như cô. Còn cô, giống như người được phỏng vấn, chỉ biết trả lời từng câu hỏi.

"Dạ… cũng hơi giỏi giỏi…" cô ngập ngừng, chưa quen sự tự tin.

Nhưng sau vài câu chuyện, cô bắt đầu lấy lại bình tĩnh. Nghĩ nên khoe một chút, cô nói:

"Em được học bổng hằng năm."

"Thế có đủ chi phí không?" Anh hỏi, vẻ quan tâm hiện rõ trong ánh mắt.

"Dạ, còn dư nữa là khác vì em đâu có xài gì," cô nữ sanh khiêm nhường.

Một lát sau, anh lính như sực nhớ điều gì, liền hỏi:

"Ủa, nãy giờ quên hỏi em tên gì nhỉ?"

"Dạ, em tên Tư."

Nghe vậy, anh đại úy thoáng ngỡ ngàng. Chắc trong đầu anh đang nghĩ tên cô nữ sanh nầy thế nào cũng phải là Mai, Lan, Thu, Cúc, Huệ, Mẫu đơn, Thược dược, Hướng dương... hoặc một cái tên thật đẹp nào đó.

Thấy anh hơi bối rối cô cười tiếp lời:

"Tên em quê mùa quá phải hôn anh? Mặc dầu tên Tư nhưng em là thứ ba. Trong nầy kêu vậy đó."

Rồi lính hành quân ở đâu không biết mà hầu như chiều nào anh lính nầy cũng qua nhà cô hành quân. Ảnh nói ảnh sinh đẻ ở miền ngoài là dân Bắc Ninh nên bố ảnh đặt tên Ngô Bắc Ninh, hồi Hiệp định Giơ-neo theo đơn vị di chuyển vào trong nầy. Đơn vị của ảnh không đóng chỗ nào lâu, hễ nơi nào biến động là có mặt, mà có mặt là tình hình ở đó êm ru nên bọn giặc cộng ớn mấy ảnh lắm. Nhưng anh đại úy không nói nhiều về chuyện lính tráng mà hỏi về sanh hoạt trong xóm và nhứt là thanh thiếu niên mà sau nầy cô mới biết thâm ý của ảnh.

Đã thâu thập đầy đủ tin tức tình báo rồi, buổi sáng trời còn tinh sương ngày nào như ngày nấy khi cô nữ sanh ôm cặp ra khỏi nhà ngang qua bộ chỉ huy đại đội thì có một người lính theo sau đưa cô đi học. Từ con đường đất đỏ ra tới ngã ba đi Phước Tuy chừng nửa cây số vẫn không nghe thấy anh nói tiếng nào. Tới khi ngang tiệm may của bà Tư Đây, cô quẹo vô trường thì anh đi thẳng xuống chợ. Chuyện nầy riết trở nên bình thường nên bữa nào không có người hộ tống tự nhiên cô lấy làm lạ tự hỏi, *Bữa nay anh đại úy đi hành quân sao không đưa mình đi học ta?*

Vì không đủ phòng học, trường nầy chia học sanh làm hai ca. Lớp buổi chiều học từ mười hai giờ tới năm giờ.

"Em học buổi sáng từ bảy giờ tới mười hai giờ. Cứ mỗi giờ thì ra chơi mười phút."

"Trường ngoài đó có ba dãy nhà xây hình chữ U, lớp em học ở dãy nào?"

"Dãy ngang đâm ra đường ngay tiệm may."

Vậy cho nên cứ mỗi lần ra chơi cô cùng các bạn đứng lan can trò chuyện thì y như rằng anh đại úy từ dưới chợ lững thững đi ngang qua ngó lên đều thấy cô Tư nhìn xuống.

"Ông lính nào vậy?" Các bạn hỏi.

"Ông đại úy đóng ở gần nhà."

"Tao thấy ổng *địa* mầy đó."

"Không biết nữa." Cô giả nai.

"Coi chừng ổng có vợ rồi đó nghe bà."

"Chắc chưa đâu."

Các bạn thi nhau cảnh cáo:

"Sao mầy biết?"

"Có ai hỏi đâu mà nói."

"Mà có đi nữa người ta cũng giấu."

"Mấy ông sĩ quan nầy đi tới đâu cũng có đào ở đó! Coi chừng sẽ khổ nghe con!"

"Đâu có gì đâu. Chỉ quen thôi mà." Cô chống chế.

Gần hết giờ môn học gì đó cô trông cho tới giờ ra chơi đặng ra lan can bốn mắt nhìn nhau một lần. Bữa nào không gặp cô nán lại vô lớp sau với hy vọng chàng tới trễ. Khi tình cảm ngày càng sâu đậm thì tự nhiên cô cảm thấy như mình có lỗi với anh chàng thơ sanh họ Ngô anh em kết nghĩa mà anh Huân đưa về cho bà Năm nấu cơm tháng và mở lớp dạy kèm miễn phí cho mấy em nhỏ ham học tại ngôi nhà nền đúc của ông già. Vì anh Huân cuối tuần mới về nên anh chàng là thầy duy nhứt thường xuyên gặp gỡ mấy em.

Nghĩ rằng nếu để lâu, chuyện tình với anh đại úy càng lậm khó gỡ, cô cảm thấy ân hận và ray rứt trong lòng bèn nhắn anh học trò về giới thiệu với Đại úy Ngô Bắc Ninh:

"Đây là anh Khôn, người yêu của em."

Anh đại úy thoáng ngạc nhiên nhưng vẫn giữ thái độ điềm tĩnh hỏi:

"Hai người yêu nhau lâu chưa?"

"Dạ, cũng mấy năm nay rồi." Anh Khôn trả lời.

"Học Chu Văn An hay Pétrus Ký?" Anh đại úy hỏi tiếp.

"Chu Văn An."

"Tôi cũng học Chu Văn An," anh đại úy gật gù rồi thêm. "Nhưng hồi đó ở ngoài Bắc gọi là trường Bưởi."

"Lúc tui học, trường đã dời về đường Minh Mạng ở Ngã Sáu rồi."

"Cuối năm nay thi phải không? Học hành thế nào?" Anh đại úy hỏi, giọng vẫn thân thiện.

"Học cũng chập chờn như nước chảy lục bình trôi, anh ơi."

Buổi *lễ bàn giao* cuộc tình tay ba diễn ra một cách nhẹ nhàng và suôn sẻ, không có lời qua tiếng lại hay căng thẳng. Anh Khôn - cậu học trò mới lớn - chẳng biết nói gì thêm. Còn anh đại úy thì không hề tỏ ra thất tình mà chỉ nhẹ nhàng chấp nhận.

Hôm sau, anh đại úy ra quầy văn phòng phẩm Hoàng Sơn ở chợ Cần Đước mua bản nhạc "Tôi Đưa Em Sang Sông" của Y Vân và chiều ghé tặng cho cô khiến cô vừa cảm động vừa thấy lòng mình tiếc nuối mơ hồ một cuộc tình chưa kịp bắt đầu đã tan vỡ.

Nhưng rồi sau khi anh Khôn trở lên Sài Gòn, anh đại úy vẫn đều đặn đưa cô đi học mỗi sáng và có khi còn đón cô về.

Một hôm trong lòng ngổn ngang, cô nữ sanh ngập ngừng nói:

"Em... em có cảm tình với anh thiệt, nhưng rất tiếc. Anh đừng theo đuổi em nữa."

Dầu vậy, mọi chuyện vẫn không thay đổi nhiều. Anh đại úy vẫn kiên trì theo đuổi, và cô dần cảm thấy mềm lòng trước sự quan tâm của anh. Mọi việc tiến triển theo chiều hướng có lợi cho anh đại úy cho tới một ngày anh báo tin:

"Đơn vị anh sắp chuyển ra Cấp Saint Jacques."

Từ ngày yêu anh học trò, hai người chưa từng đi chơi xa. Những cuộc hẹn hò chỉ quanh quẩn Cần Đước, Cần Giuộc, và xa nữa là nhà trọ ở gần Vựa Vịt thuộc Phường Chánh Hưng, Quận Tám. Xa nhứt có lẽ là bãi Vàm Láng ở Gò Công nơi có lăng Anh hùng Trương Công Định mà hàng năm nhà trường tổ chức đi dã ngoại viếng di tích lịch sử. Các danh lam thắng cảnh như Đà Lạt, Nha Trang, và Vũng Tàu chỉ có trong trí tưởng tượng của cô nữ sanh mới lớn.

Đã quyết định dứt khoát với anh đại úy nhưng sau nhiều đêm suy nghĩ, cô Tư nhứt định thử thời vận một lần.

Phải qua hai ba chặng xe mới tới được Vũng Tàu. Vũng Tàu lại là thành phố lính, đủ thứ lính. Sau được biết vì có nhiều trung tâm huấn luyện ở đây. Sau khi dò hỏi mãi, cô mới tìm được đường tới trại Thủy quân Lục chiến. Anh đại úy Ninh được tài xế chở ra cổng đón, sau đó đưa cô tới một nhà hàng sang trọng.

Từ nhỏ tới lớn chưa từng bước chơn vô nhà hàng nên cô học trò lọng cọng trước thực đơn toàn món ăn Tây nên anh đại úy kêu thịt bò bít-tết cho cả hai người luôn.

Dùng bữa xong, anh đại úy đưa mỹ nhơn về khách sạn mướn phòng một giường đôi. Nhưng chưa tới nửa đêm, đại úy phải rời đi bỏ cô học trò lại ngủ một mình vì "anh phải về đơn vị."

Sáng hôm sau anh đại úy quay lại sớm đưa cô đi ăn sáng khi cô vẫn còn ngủ nướng:

"Em mệt không?" Anh hỏi với vẻ quan tâm.

"Em vẫn bình thường thôi," cô giả vờ, biểu lộ bằng tiếng cười hạnh phúc. "Nhưng cũng hơi mệt mệt."

"Thôi mình đi ăn sáng đi." Anh nói, hình như không có nhiều thời gian.

"Đợi em thay đồ cái đã." Cô đáp, giọng nhẹ nhàng.

Cũng chỗ nhà hàng ngày hôm qua, cũng các món ăn ngày hôm qua. Dùng bữa xong, hai người cùng ra Bãi Sau ngồi ngắm biển và nhìn người ta tắm.

"Em chưa bao giờ được dịp ngồi ngắm mặt trời lên đẹp như hôm nay." Cô nói với ánh mắt lấp lánh.

"Quen anh, em sẽ còn được đi chơi nhiều nơi nữa."

"Khắp nước luôn hả?"

"Vâng, chỗ nào có đánh nhau là bọn anh đi."

"Có ở Đà Lạt hôn anh?"

"Có chứ. Và cả những nơi xa hơn nữa," anh giải thích. "Trên cao nguyên, vùng tam biên cũng có."

"Như mấy anh sướng thấy mồ, được đi khắp nước."

"Nhưng em ơi, chiến tranh thì khắp nơi cũng đầy hiểm nguy. Đời lính, sống nay chết mai chứ đâu có gì chắc."

Ngồi bên nhau một lát hai người buông nhau ra, anh đứng dậy:

"Thôi, để anh đưa em về. Giờ nầy là chuyến cuối về Sài Gòn rồi."

Còn quyến luyến, ý cô Tư muốn ở lại chơi nữa

nhưng anh đại úy không cho. Anh đưa cô ra bến xe, trả tiền vé trước, rồi căn dặn:

"Em về bình an và rán học nhé."

"Không biết làm sao em gặp lại anh được?" Cô nghẹn ngào, mắt ngân ngấn lệ.

Anh đại úy quay mặt đi, tránh ánh mắt cô, sợ rằng mình sẽ mềm lòng mà đổi ý.

Như có lời nguyền từ tiền kiếp, cô Tư chỉ yêu người họ Ngô thôi mà phải đẹp trai mới được. Dằn co trong suy nghĩ, cô phải lựa chọn: Một anh học trò năm cuối trung học tay trắng và một anh sĩ quan tiền hô hậu ủng lên tới đại úy làm đại đội trưởng một binh chủng thiện chiến và hào hoa. Nhưng cũng như anh Huân, anh đại úy chưa bao giờ nói lời "yêu em."

Tháng sau khi thấy cơ thể mình có dấu hiệu *bất ổn* cô lại đi Vũng Tàu tìm anh. Nhưng đơn vị của anh đại úy đã đi hành quân và người lính gác nhất quyết không tiết lộ họ đang ở đâu.

# 3

Gần sáu mươi năm sau bà Tư tình cờ quen với người con đỡ đầu của đại tá - đại úy hồi năm xưa. Cô kể mấy năm trước ông còn khỏe vẫn làm vườn và việc nhà, thỉnh thoảng vẫn tiếp thuộc cấp cũ, và vẫn lên bục nói chuyện trong đại hội binh chủng. Nhưng cách đây hai năm hồi đầu tháng Năm té rồi tháng Sáu lại té nữa hóa ra ông bị tim. Sau khi giải phẫu thì lại bết bát hơn. Tháng Mười Một vừa rồi bác sĩ nói ông bị nhiễm trùng máu đưa vô nhà thương giờ vẫn năm trong ấy, trí óc không còn bình thường nữa, lúc nhớ lúc quên.

"Trước đó ông là cuốn tự điển sống không những về quân sử Thủy quân Lục chiến mà còn những đơn vị và các binh chủng khác. Giải phẫu xong tự nhiên lại nghễng ngãng và *short memory* và trí nhớ về quân sử cũng suy giảm lẫn lộn!"

Cô nữ sanh năm xưa nghẹn ngào:

"… anh Ninh người yêu cũ năm 1964 khi anh ấy đóng quân ở sát bên nhà tôi. Ngày nào anh ấy cũng đưa tôi đi học, ra chơi tôi cũng thấy anh ấy đi tới, về nhà gặp anh ấy ở nhà, anh ấy đã cưa đổ một nữ sanh mới 17 tuổi."

Bà Tư nhắn tin:

"Em sắp qua bển thăm anh, anh có vui hôn?"

"Anh vui lắm…" Người tình đáp lại.

"Anh rán ăn uống và uống thuốc đầy đủ đặng khỏe mạnh vì em muốn thấy vị Đại tá Thủy quân Lục chiến của em oai phong lẫm liệt như ngày nào hồi 1964."

"… nhưng anh đâu còn oai phong như ngày xưa nữa." Anh trầm ngâm trả lời.

Khi biết bà Tư qua thăm, ông đại tá sống lại với những kỷ niệm hơn nửa thế kỷ trước. Trái với nhận xét của cô con đỡ đầu, ông đại tá còn minh mẫn, cho biết lúc đó ông làm đại đội trưởng Đại đội 2 Tiểu đoàn 3 rồi sau lên làm tiểu đoàn phó cũng tiểu đoàn nầy. Được biết khi Trung tá Lê Minh Hằng tiểu đoàn trưởng một tiểu đoàn tử trận ở Huế thì ông lên thay làm tiểu đoàn trưởng. Đời binh nghiệp cứ thế mà từ từ lên tới Lữ đoàn trưởng và cuối cùng tới viện dưỡng lão.

Cho dù bây giờ bà đi không còn vững nữa phải có người dìu và dấu thời gian hằn sâu trên gương mặt hiền dịu năm xưa, ông Đại tá tươi hẳn lên khi nhìn thấy bà:

"Em đấy à?"

Bà khom xuống, nhẹ nhàng hun lên má ông:

"Em đây, người Cần Đước năm xưa đây. Anh nhớ lần về đóng quân ở Cần Đước hôn và… anh còn nhớ em hôn?"

"Làm sao anh quên em được!" Ông nghẹn ngào, giọng xúc động.

"Ngày nào anh cũng đưa em đi học và sang nhà em chơi. Anh đã tặng em bản nhạc *Tôi Đưa Em Sang Sông* khi em nói em có người yêu rồi mà em còn giữ tới tận bây giờ."

Bà Tư vòng tay ôm lấy ông, không kìm được mà nói tiếp:

"Hình ảnh một sĩ quan Thủy quân Lục chiến oanh liệt của ngày ấy mãi mãi khắc ghi trong tim em."

Ông đại tá bây giờ trông nhỏ xíu nằm lún trên chiếc giường nệm nhà thương với nụ cười nuối tiếc có vẻ an phận:

"Bây giờ thì hết oanh, chỉ còn liệt thôi!"

Bà Tư cười buồn:

"Anh còn nhớ hôn? Khi anh chuyển đi Vũng Tàu, em cũng theo ra ngoài đó thăm anh."

"Anh nhớ chứ. Hình ảnh cô nữ sinh áo dài trắng, bước chân rụt rè nhưng ánh mắt lại sáng ngời, ra tận Vũng Tàu thăm anh vào một buổi chiều nhạt nắng."

"Em yêu anh nhưng anh đâu có yêu em!" Bà trách khẽ, giọng vừa chua xót vừa nghẹn ngào.

Tới đây, nỗi ray rứt bấy lâu bấy lâu trong lòng bỗng trào ra thành lời:

"Hồi đóng quân ở Cần Đước anh... đã có gia đình chưa?"

Ông đại tá lặng lẽ gật đầu, thành thật:

"Có rồi."

"Còn lúc ở Vũng Tàu thì sao? Lúc ấy... bà xã anh cũng ở đó à?"

"Cũng có."

Bà Tư ngỡ ngàng rồi hụt hẫng đến lặng người:

"Vậy mà em cứ tưởng anh còn độc thân."

"Tại em không hỏi việc gì anh phải nói." Ông trả lời theo cái kiểu tửng tửng nhà binh. "Nếu em hỏi thì chắc chắn anh phải nói thật. Anh không bao giờ định lừa dối em."

Bà thở dài, như thể những cảm xúc chất chứa bấy lâu nay bỗng tìm được lối thoát:

"Bây giờ thì em mới biết anh đã có gia đình trước khi về Cần Đước. Nếu biết thì không bao giờ em yêu anh. Vì em không muốn làm người thứ ba phá hạnh phúc của người em yêu và cả gia đình anh nữa." Bà ngừng lại, rồi nói tiếp trong tiếng thở dài: "Nếu biết vậy em đi Vũng Tàu làm chi cho rắc rối!"

Ông khẽ nhún vai, giọng vẫn nhẹ nhàng nhưng thoáng chút bất lực:

"Anh kẹt. Thế nên anh không dám nói yêu em."

"Anh là một sĩ quan đa tình chớ không chung tình. Chắc con rơi con rớt tùm lum?" Bà trách móc nhưng ánh mắt lại thoáng buồn.

"Đời lính sống nay chết mai, em ơi."

Lặng yên hồi lâu, bà Tư trăn trở mãi cuối cùng mới thốt lên:

"Thằng nhỏ... thằng nhỏ không giống vợ chồng em."

"Thằng... thằng nhỏ nào?" Ông tròn mắt, ngạc

nhiên.

"Thằng em đẻ cuối năm 1964," bà nói, giọng bất an, "Em... không biết phải nghĩ sao nữa!"

Bà Tư thở dài. Thực lòng thì bà biết nhưng chính điều ấy lại khiến bà ray rứt hoài trong khi anh Khôn chưa bao giờ đặt vấn đề. Nếu bà sanh một lần rồi thôi không đẻ đứa nào nữa thì câu trả lời đã quá rõ ràng.

"Bây giờ nó bao nhiêu tuổi rồi?" Ông hỏi, mắt ông như cố tìm kiếm điều gì trong ánh mắt bà.

"Xa anh bao nhiêu năm là nó bấy nhiêu tuổi," với đôi mắt ướt u buồn bà nhìn thẳng vào mắt ông. "Anh muốn gặp nó hôn?"

"... Vâng,... muốn." Ông ngập ngừng, mắt nhìn về phương trời dĩ vãng xa xăm.

■ nhuận sắc 241127

# DI CHÚC

*truyện ngắn*

\* *thân tặng Hồng Lạc*

Không biết từ lúc nào ông lại có thói quen từ bảy tám hoặc chín giờ tối ngủ một lèo tới bốn năm giờ sáng thì mở mắt ra hầu như không biết có người nằm kế bên. Mà một trăm lần như một ông thức có rón rén nhẹ nhàng tới đâu đi nữa bà cũng hay. Bữa nào thấy hơi sớm ông nhắm mắt muốn ngủ nướng thêm chút nữa nhưng vẫn tỉnh bơ - chắc đã đủ giấc - nên ông dậy luôn. Bà khen ông hây, còn bà cứ hai ba tiếng đồng hồ lại thức giấc một lần. Ông hỏi "để canh chừng hả?" Bà cười nho nhỏ, "Để canh coi anh có đi đâu bậy bạ hôn."

Sau vệ sanh cá nhơn, công việc đầu tiên trong ngày là pha café. Mỗi lần pha café là ông nhớ quán cóc ông già cạnh bót cảnh sát Ký Thủ Ôn nằm ngay trên con đường Liên Tỉnh số 5 đi về Cần Giuộc, Cần Đước, và Cầu Nổi. Hồi còn đi học Sài Gòn ở trọ phía bên kia đường, hầu như mọi ngày anh đều thấy ông già với thằng con chừng sáu bảy tuổi ngồi trong góc uống xây chừng. Người cha chế café ra dĩa cho thằng con vừa thổi vừa húp ra chiều sung sướng. Anh nghĩ thằng nầy chắc lớn không nổi vì mới ngần tuổi đó lại chơi café đen.

Riêng ông, ông chỉ uống café Du Monde mà khi

nào hết thì Starbucks; kẹt lắm mới tới Folgers hoặc Maxwell. Không phải ông chê café nội địa không ngon mà ông sợ. Ông sợ vì nhà sản xuất pha đủ thứ tạp chất làm cho nó ngon đậm đà. Chuyện nầy không phải ông tưởng tượng ra mà do chính người chủ một công ty lớn tiết lộ với một đài phát thanh Huê Kỳ. Ông nầy nói ai cũng pha trộn như vậy mà nếu mình không làm thì hàng bán không chạy.

Thói quen uống café của ông cũng lạ hơn người. Ở nhà ông uống với mật, ra đường chơi đen tuốt luốt màu như chó mực mèo mun giống người bản địa, không đường không sữa không kem. Đây là lúc bắt đầu ngày làm việc của ông cho tới tám giờ bốn lăm vì khoảng chín giờ sáng bà thức dậy. Từ ngày chân yếu bà tự coi mình là phế nhơn, ông phụ trách hầu hết chuyện chợ búa, dọn dẹp, rửa chén bát…, nói chung là bếp núc. Ông nấu nước gừng pha mật cho cả hai vợ chồng. Ông cố an ủi chìu chuộng bà để chuộc lỗi lầm thời trai trẻ.

Trước nhà, cây sao vẫn còn gượng với gió sương nhưng cây phong đã rụng lá đầy sân. Bà biểu ông quét, ông hẹn lần lữa, "Bây giờ quét cũng vậy. Đợi ngày chót dọn dẹp luôn thể." Trên con đường Roundtree chạy xuyên qua khu Wexford Condos, nhiều nơi nó ngả màu rất ngoạn mục, ít nhứt bốn màu: xanh vàng đỏ tía. Chính con đường nầy từ năm ngoái trở về trước mỗi sáng ông hay cùng bà đi bộ vừa nghe bà *tụng* kinh sám hối về dĩ vãng của ông. Hôm qua trời ui ui suốt ngày không có chút ánh nắng vì mặt trời có vẻ không sẵn sàng xuất hiện vào một ngày mùa thu.

"Anh viết chưa?" Bà chợt hỏi.

"Anh viết rồi, em."

"Có ghi tên hai đứa nhỏ hôn?"

"Có, em," ông nhìn khuôn mặt buồn rười rượi của bà. "Em uống nước gừng đi, còn ấm. Kẻo để lâu nó nguội." Ông lại tiếp, "Trời trở lạnh." Ông để ly café xuống mặt quầy cẩm thạch màu sẫm nói, "Ba mươi sáu độ."

"Dưới bốn mươi tụi nó sống hổng nổi," bà nhìn ra ngoài. "Đài thời tiết nói hôm nay mặt trời mọc bảy giờ bốn mươi tám nhưng tới giờ vẫn chưa có chút ánh nắng nào."

"Mới giữa tháng Mười. Hình như năm nay lạnh sớm phải hôn em?"

"Chắc vậy!" Bà có thói quen nói năng không lễ độ với ông. Lúc đầu ông thấy hơi bị xúc phạm nhưng riết rồi thành bình thường. Còn về phần ông, để dạy cháu - gọi dạ bảo vâng - đối với bất cứ ai ông đều vâng dạ, kể cả với bà riết rồi cũng thành bình thường luôn. Ông nghĩ chẳng có gì xấu hổ vì hồi đó *đầu xanh vô số tội*, bây giờ "một câu nhịn chín câu lành" coi như ăn năn sám hối.

"Chắc nay mai phải dọn dẹp trước khi mùa đông tới."

Tuy nhiên, ông không thùy mị đoan trang như người ta tưởng vì cũng hay chống ngầm! Để tự nhiên ông làm, mà sai bảo thì lờ đi chớ không dám phản đối ra mặt. Ông tự đặt cho mình cái qui tắc mỗi ngày làm gì thì làm, phải viết phải dịch phải đọc ít nhứt - ông nhấn mạnh *ít nhứt* - mỗi thứ một tiếng đồng hồ, mà gia đình ông cũng không biết để làm gì vì ở cái tuổi nầy rồi chẳng còn xuất bản hay phổ biến những gì ông sáng tác hoặc nghiên cứu. Ông nghĩ đọc và dịch thì để mở mang kiến thức và không lạc hậu lỗi thời khi người ta nói chuyện thời sự thì mình theo dõi được. Viết là để duy trì khả năng sợ để đầu óc ù lì riết thành lù đù luôn như một số bạn già của ông suốt ngày không làm gì chỉ nghĩ tới cái chết.

Dĩ nhiên, ai cũng phải chết nhưng lúc nào thì chẳng ai đoán trước được: chiều nay, tối nầy, hay sáng mai? Nhiều khi nghĩ chết mà không chết. Trái lại lúc không ngờ tới lại vĩnh viễn ra đi. Ngủ một đêm sáng ngày có ngồi dậy được để xỏ chưn vô đôi dép quen thuộc? Có đạo nói khi chết một là lên thiên đường hai là xuống địa ngục tùy theo mình tin hay không tin. Lại có tôn giáo giải thích rằng sau khi trút hơi thở cuối cùng đi đâu là do nghiệp lực dẫn mình đi tức là do những chuyện mình làm trên thế gian nầy.

Chưa ai biết thiên đường địa ngục ra sao nhưng ai cũng muốn lên thiên đường chớ chẳng ai ngu mà muốn xuống địa ngục. Thậm chí những kẻ vô thần không tin thần linh và linh hồn mà cũng vẫn muốn lên thiên đường. Nhưng bà xã ông khẳng định một trăm phần trăm chắc chắn rằng ông sẽ xuống địa ngục vì lúc sanh thời ông "mèo chuột làm khổ người ta. Mấy nhà sư nói anh sẽ phải xuống địa ngục." Ông giả lả nói ông đã cải tà qui chánh làm những chuyện tốt thì sẽ được xóa tội lỗi. Bây giờ bà tu có pháp danh đàng hoàng nên không còn dữ dằn như lúc trước nữa nhưng vẫn còn sợ chết.

Sợ nhứt là sau biến cố bà cho là quan trọng nhứt cuộc đời ở cái tuổi hoàng hôn. Từ bàn ăn nhà bếp bà đứng dậy đi về phòng ngủ vừa nói "Thôi, em vô trước nha." Ông chưa kịp trả lời thì tới đầu cầu thang bà lại té vô cái ghế. Ông chạy nhanh lại cặp nách nâng bà lên nhưng không nổi, bèn kéo thêm một cái ghế nữa để bà tì tay vào mà gượng dậy. "Em không sao," bà vẫn chối quanh. "Tự nhiên chân khuỵu xuống." Ông phụ đỡ bà đứng dậy và dìu bà vô phòng xoa bóp khắp châu thân để kiểm tra xem có bị gì không.

Dù vậy, như cảm thấy lúc nầy sức khỏe xuống lắm, bà than "Sợ em chết trước anh quá!"

"Em còn khỏe lắm mà!" ông ôm bà an ủi. "Không sao đâu. Chỉ chơn yếu thôi. Anh nói hoài cầm cây gậy cũng đỡ phần nào. Em cứ nói em đi một mình được." Lúc đầu cũng đi gậy nhưng dần dần bà bỏ vì tự tin, với hơn nữa bà thấy hơi quê quê, sợ người ta nghĩ mình già. Đó là chưa kể bà còn để dành một chiếc xe đi walker do một người bạn già tặng, nói rằng để tới khi nào thật yếu hãy dùng.

Trái với vẻ nặng nề yếu đuối của bà, bề ngoài ông còn mạnh khỏe như thanh niên nhưng hình như thật sự cũng có vấn đề. Ba năm liên tiếp cứ vào khoảng tháng Mười Một tháng Chạp thì thế nào cũng xảy ra một tai nạn - dù không phải tất cả do lỗi của ông - mà kỳ nặng nhất chiếc xe Malibu trắng tâm đắc nhứt của ông hư hại một trăm phần trăm phải bỏ luôn. Bà nói tại ông gây tội lỗi nhiều nên trả quả, ông biện giải là đã ăn năn hối cải nên bình yên, dù thỉnh thoảng ông vẫn tự cảm thấy như không còn bình thường nữa.

Cho nên khi thấy ông lúc thì hỏi xâu chìa khóa, khi thì hỏi cái điện thoại đâu rồi, thậm chí hâm đồ ăn không để vô *microwave* mà lại để vô lò nướng, bà hỏi ông đã viết cái đó chưa. Ông nói rồi và giải thích rằng theo luật - không biết luật gì - thì người còn lại tiếp quản, việc gì phải lo. Người ta phú hộ cần để tài sản lại cho con cái và vương tướng để ngôi báu cho con trưởng hay con của thứ phi yêu quý thì họ mới cần làm di chúc đặng tránh sự phân tranh về sau.

"Sao nghe nói tài sản sung công." Bà phân vân.

"Mắc gì sung công tài sản người ta?" ông phản bác. "Bộ cộng sản hả?"

"Lúc đó phải nhờ luật sư kiện thưa lâu lắc."

"Đó là trường hợp cả hai đều đi một lượt. Tới đâu hay tới đó. Việc gì phải lo!" Ông lại nhắc chuyện hồi xưa. "Lúc giặc về nguyên cái nhà trong trại cũng phải bỏ hết." Ông nói Phật giải thích tài sản như y phục như mọi vật trên thế gian có đó rồi mất đó, đâu có gì vĩnh cửu.

"Hồi đó chỉ có cái máy may chớ đâu có gì đáng giá."

"Đáng giá hay không là so với cuộc sống." Lương lính lúc đó mình chỉ đủ sống có mươi mười ngày hay nửa tháng là cùng.

"Thôi. Đó là chuyện cũ đã qua. Còn bây giờ không làm sau nầy sẽ lộn xộn." Bà nói có nhiều gia đình xác cha mẹ chưa chôn mà cả nhà náo loạn.

Ông biết các con của ông thương yêu nhau chớ không đến đỗi. Bọn chúng chia xẻ từng chén cơm hẩm, từng củ khoai lang khoai mì, từng miếng thịt kho thật mặn bằng đầu ngón tay út trong những ngày người mẹ đơn thân gồng gánh cả gia đình mà còn thăm nuôi người ngã ngựa. Không như trẻ con Mỹ chỉ lo ăn học mãi cho tới gần hết trung học, các con của ông bà không có tuổi thơ hoặc thời thơ ấu của chúng đầy mồ hôi và nước mắt khiến chúng trưởng thành sớm hơn bình thường. Đứa lớn chỉ huy và giúp đỡ cũng như đùm bọc đứa nhỏ để mẹ yên tâm tảo tần mà lo cho gia đình. Ngoài ra, bọn chúng phải luôn luôn làm rào chắn để bảo vệ trinh tiết của mẹ.

"Con mình chớ đâu như con cái của người ta."

"Biết đâu được. Tại bây giờ mình còn sống." Bà đa nghi. Chỉ cái chuyện xưa thật là xưa mà bà cứ nhắc hoài, mà mỗi lần nhắc bà nói tiếc cho ông không được trọn vẹn với bà trong khi bà một lòng một dạ với ông.

"Anh nhiều lần dọ ý thử nhưng bọn nó không có ý kiến," ông binh vực. "'Tùy ba má. Tụi con có sự nghiệp hết đâu có cần.'"

"Căn condo cho mướn bán chia đều cho ba đứa." Bà ra lịnh. Đây là kết quả của tiền bán cái nhà lớn ở đường Stoddard mấy năm trước để mua hai căn nhỏ đặng tiết kiệm chi phí. Lúc đó bà tiếc cái vườn hồng và bầy chim sẻ xuống ăn mỗi ngày ba bữa như mình, trong lúc mấy đứa cháu nội thì tiếc cái quyền làm chủ nguyên một căn phòng lớn và cái sân vườn sau nhà có cây hoa anh đào. Còn ông thì khác, ông sợ những con số trong các hóa đơn điện nước ga....

"Không có phần của thằng Quân sao?" Ông thắc mắc, thương thằng con nầy long đong lận đận, học hành không tới nơi tới chốn, có lúc đi bụi đời. Cũng hai ba căn cho nó ở rồi nhưng quậy quá vợ nó chịu không nổi, cuối cùng phải mang con cái về ở chung.

"Tự nhiên nó đi không từ giã em," bà mơ màng quay lại nhìn bức hình trên bàn thờ. "Mỗi lần nhìn sao cứ thấy nó nhìn mình hoài khiến em sợ quá!"

"Nó có từ giã anh. Sáng thứ Bảy khoảng mười hay mười một giờ nó đang ngồi cột dây giày ngay chỗ này," ông vừa nói vừa chỉ chỗ gần cửa. "Rồi nó nói 'Thôi con đi làm.'"

"Thứ Sáu nó từ dưới tầng hầm lên, em hỏi đỡ hôn Quân, nó nói hổng đỡ."

Bà lại tiếp, "Vợ con nó có cái nhà mình đang ở

rồi. Cái condo nầy cho con Trang."

Bà hớp một ngụm nước gừng, nói thêm vì sợ ông quên, "Nhớ ghi tên hai đứa nhỏ vô."

Sau khi anh con trai qua đời - trùng ngày viên tịch của Hòa thượng Thích Quảng Độ, không biết nó có được nắm chéo áo cà sa đặng hưởng ơn mưa móc của ngài không - cô con dâu và hai đứa con vẫn ở với ông bà nội. Bà sợ mai kia mốt nọ sau khi ông bà qua đời rồi, cô con dâu nghe lời xúi dục bậy bạ của tình nhơn hay chồng mới của nó bèn bán đi thì cháu nội của bà không có chỗ ở. Bà lo cũng phải. Dĩ nhiên chồng chết nó mới khoảng bốn mươi chẳng lẽ bắt nó phải ở vậy thờ chồng nuôi con như ông bà của mình thời xưa.

"Tuổi bảy mươi tính từng ngày," bà nhắc. *"Năm -năm, Sáu -tháng, Bảy -ngày."*

"Dà, không ai biết được ngày tháng nào. Hồi đó mình cứ tưởng chị Hai đi trước nhưng hóa ra chỉ lại thọ hơn ảnh." Ngưng một lát, ông tiếp, "Anh đã ghi tên hiến nội tạng rồi."

"Già quá ai người ta xài mà hiến?"

"Đâu phải người ta lấy tim gan phèo phổi của mình ghép cho người cần. Nói hiến nội tạng chớ thật ra là hiến xác. Các bịnh viện và trường y cần cho sanh viên thực tập."

"Nhưng sao thấy sợ sợ!"

"Hồi đó anh nghĩ nếu không hiến thì thiêu cho

tiện việc sổ sách. Rồi mấy đứa nhỏ đi cắm trại bón cây rừng hay rải xuống biển Thái Bình Dương cho anh về cố quốc."

"Thiêu nóng các con không đành."

"Xác đâu biết nóng."

"Đành vậy nhưng sợ tụi nó thấy xót xa," bà không nỡ, đôi mắt rưng rưng ướt. Bà nhớ cảnh thiêu thằng con sau khi ông bấm nút chiếc quan tài từ từ chạy vô lò hơn một ngàn độ. Thân nhơn đứng bên ngoài không biết chuyện gì xảy ra bên trong nhưng có cảm giác ngàn thu vĩnh biệt. Nhưng ông lại từng bị ám ảnh bởi chứng kiến cảnh thiêu củi hãi hùng ở nghĩa trang bên mình hồi thập niên tám mươi lúc ông ở tù mới về. Mỡ chảy xuống than hồng nghe xèo xèo làm bốc lên những nùi khói bụi trắng tang thương.

Bà như không định tâm, mơ mơ màng màng lại hỏi:

"Anh làm chưa?"

"Dà, anh làm rồi, em." Ông kiên nhẫn an ủi bà.

"Anh làm sao? Nói em nghe đi."

"Đúng như ý nàng mong muốn!" Ông cười nhìn bà. "Chẳng bao giờ dám trái lời em!"

"Ghi tên hai đứa nhỏ vô" Bà nhắc lại.

"Dà. Vâng lịnh." Không học sách Quân vương và Thần thiếp, ông lại bắt chước làm kẻ tôi đòi gọi dạ bảo vâng riết thành thói quen. Nhiều khi ông nghĩ vậy cũng hay, chỉ có kẻ ngu mới dám không nghe lời bà xã. Ông Phật khi thuyết giảng về gia đình nói có bảy loại vợ chẳng biết bà thuộc loại nào, chắc loại bề trên. Sờ sờ trước mắt gương xấu xa của những thằng cãi vợ thì thân tàn ma dại sống cù bơ cù bất không nơi nương tựa!

"Vậy mới giỏi!" Bà cười khen ông.

"Phải bây giờ mình cỡ ba bốn mươi há," ông tiếc thời vàng son. "Em coi hai con chim mớm mồi cho nhau kìa. Tự nó mổ ăn được mà nũng nịu!"

Bà cười, "Chi vậy? *Sanh Lão Bịnh Tử* mà, làm sao tránh khỏi."

"Vậy mới không phí tuổi xuân!" Ông tiếc nuối chuyện mây mưa, nhớ hồi đó bất kể trời trăng mấy nước, liên tu bất tận, nhứt là lúc ông mới ra tù.

"Anh nói chuyện gì đâu không!" Bà mắc cở.

"Coi vậy chớ lâu lâu có cũng vui cảnh vợ chồng già." Ông đứng lên đi lại mở hộc tủ lấy một tờ giấy trắng và cây viết chì, đồng thời nói về bài toán nhơn số 9.

"Bài toán nhơn số 9 là sao?" Bà thắc mắc hỏi.

Người ta bàn tán trong xóm có một ông già vợ mới chết chưa hết tuần thứ bảy 49 ngày bèn về Việt Nam lấy một cô nhỏ hơn hai mươi tuổi bảo lãnh qua liền. Vậy còn đỡ chớ có nhiều người còn lấy kẻ đáng con hay thậm chí cả cháu nữa. Mấy bà tự hào nói mấy ông ở tù bao nhiêu năm mấy bà vẫn chờ được chớ đổi lại nếu mấy bà ở tù hoặc qua đời hay đi đâu xa thì các ông nổi loạn liền. Cuối cùng đi đến kết luận là "đàn ông ở không chịu hổng nổi!"

Một bữa đám đàn ông nhậu nhẹt bàn chuyện sanh lý tuổi già, ông bạn nầy nói có nghiên cứu khoa học đàng hoàng về một người có sức khỏe bình thường chớ không phải tự ổng chế ra. Bài toán nầy lấy số tuổi nhơn với 9 sẽ ra kết quả gồm hai con số nhỏ: con số đầu là thời gian tính bằng tuần lễ và con số sau là số lần *ấy*.

Bỗng nhiên ông dừng lại, nhìn bà một hồi lâu, thăm dò phản ứng. Ông chậm rãi bưng ly lên hớp một ngụm, lẩm bẩm "Café nguội hết rồi."

Bà đang thích thú lắng nghe, nôn nóng hỏi, "Rồi sao nữa?"

Ông mới giải thích. Thí dụ một người ở tuổi 50 thì lấy số 5 nhơn với 9 sẽ ra tích số 45. 4 là bốn tuần tức một tháng phải *ấy* năm lần -chưa tới một tuần, tức là 6 ngày *quất* một lần. Lại thêm một thí dụ khác nữa người 63 tuổi. Sáu lần chín 54: 5 tuần 4 lần; chia đều ra là khoảng 9 ngày một lần. Càng lớn tuổi thì thời gian càng dài ra. Tuổi 75 như ông? Chỉ tính con số 7: bảy lần chín 63. Tương tự, nửa tháng một lần. Nghiên cứu nầy chắc do người Mỹ làm nên họ tính bằng những chữ forties, sixties, hay seventies…, seventies nghĩa là từ 70 tới 79.

Bà giả vờ, "Anh già rồi mà cứ nghĩ tới chuyện đó không." Tuy nhiên, trong thâm tâm bà vẫn nghĩ cho dù cỡ tuổi nào mà còn chuyện đó cũng an ủi cũng hả dạ, trừ phi những người xuất gia không biết sao. Nếu thấy lâu ông làm lơ không tỏ vẻ gì, bà cũng nhắc khéo "chim nhà không chăm sóc mà cứ lo chim trời!" hoặc ganh tị với các cô đào tưởng tượng của ông. Có lần để gợi nhớ, bà kể chuyện bà già ở đâu đó - bên Đức thì phải? - dụ anh chàng hàng xóm thường hay tự nguyện cắt cỏ giùm, phê đến đỗi ngậm cười nơi chín suối. Cuối đời, mọi người thân đều bỏ đi, ông mới thấy chim nhà mới là một tài sản vô giá!

Ở Mỹ nầy, nói tài sản chứ thực ra cũng chỉ quanh quẩn cái nhà với chiếc xe chớ đâu có gì hơn ở từng lớp nghèo hoặc hơi nghèo. Tới cái lúc cảm thấy già, họ thường hay sang tên lại cho con cái để không bị rắc rối lúc qua đời; hơn nữa để hưởng phúc lợi xã hội. Thành ra tới tuổi đó rồi - tùy người chớ không thể xác định là bao nhiêu - thì hầu hết ai cũng trở thành vô sản. Mọi chuyện có nhà nước lo mà nhà nước ở đây không có *no* như bên Việt Nam.

"Có đứa nào chịu nhận đâu!" Ông nói như than.

"Sang tên rồi chừng năm mười bữa nửa tháng hay một hai năm là cùng chúng đuổi mình ra đường!" Bà nói. "Thấy báo đăng hoài."

"Con cái mình không đến đỗi như vậy dù nhà mình là nhà nó nhưng nhà nó không phải nhà mình. Em nhớ hồi mấy đứa nó chưa ra riêng hôn?"

"Nhà của nó ở chơi một hai ngày đã thấy bất tiện rồi. Huống hồ là ở chung."

"Nhưng quan trọng nhứt là tụi nó sợ rắc rối với thuế vụ."

"Tại sao lại rắc rối?" Bà thắc mắc.

"Nếu tính toán với mình thì tụi nó thấy kỳ. Nếu không thì cảm thấy lỗ."

"Em không hiểu."

"Nghe người ta nói thừa kế bất động sản phải đóng thuế."

"Thì mình đưa tiền cho nó đóng."

"Đành rồi. Khai thuế sao? Em ở nhà nầy với tư cách là cha mẹ ở không nhà con cái hay người mướn nhà? Mướn nhà sao không thấy trả tiền?"

"Chuyện nầy rắc rối quá," bà nói. "Thôi. Cứ như vậy đi, không cần sang tên cho đứa nào hết."

Thế là chuyện nhà cửa coi như xong. Còn những chuyện nữa ông làm bà không hề biết. Hồi đó sau vụ ông bay bướm bà sợ ông đem tiền cho gái bèn quản lý tài chánh chặt chẽ nắm lấy tất cả sổ sách chi tiêu và ngân hàng. Sau khi ông hối cải dần dần tới độ tin cậy được bà mới *trả quyền công dân*. Hơn nữa lúc nầy bà hơi lãng nói trước quên sau có khi một chuyện mà hỏi đi hỏi lại bao nhiêu lần.

Về hưu rồi suốt ngày dài đâu có làm gì ra tiền ông bèn học đòi chơi cổ phiếu với người ta cho ra vẻ cờ bạc trí thức. Thật ra ở tuổi nầy ông hết ham tiền rồi nhưng chơi cho có chuyện làm, chơi qua ngày chờ qua đời. Ông hay nói chơi, "Thà cạp đất ăn chớ tánh tham không bỏ!" Tiền bạc để trong nhà băng đâu có đẻ ra tiền; mà gởi tiết kiệm chẳng lời bao nhiêu; mua CD thì cũng đại khái như vậy. Ba mươi năm làm lụng vất vả - người ta nói đi cày - dư được chút ít, ông bỏ vô *Etrade* vài mươi và *Chase* ít chục. Thật ra thì vốn liếng cũng chỉ bao nhiêu đó thôi.

Không phải kiếm chân dài như mấy ông già dịch, ngày ngày ông lên mạng gõ phím chơi. Lúc đầu ông mù tịt như học trò tiểu học làm quen với đại số. Lên sàn có hàng ngàn công ty với ám số làm sao biết hết được. Ông lập một danh sách theo dõi coi thằng nào lên đứa nào xuống rồi nhắm theo linh tính mua đại cầu may - có khi ông mua cả thằng xuống giá. Thế mà phải mất chừng nửa năm ông mới hơi quen quen tên tuổi công ty và thị trường chứng khoán. Trời đãi kẻ khù khờ, theo thời gian có ăn có thua có thắng có bại nhưng nói chung còn lời.

Có lần ông gợi ý nói mí với bà nhưng bà bác ra, "Gần chết rồi tham tiền chi. Chết đâu có đem theo được." Ông quyết định không nói chuyện nầy với bà nữa nhưng sẽ ghi trong di chúc rằng khoản tiền mặt nầy sẽ bỏ vô một công ty bất vụ lợi đang xin phép thành lập. Quỹ nầy sẽ tài trợ việc học hành cho các cháu chắt trở đi. Con cái đã trưởng thành hết rồi, ông nghĩ sau vài thế hệ quỹ sẽ nới rộng ra tới người ngoài và ngoài nữa. Ông ghi hẳn trong điều lệ điều kiện cần là một bài luận văn để biết khẩu khí và hoài bão của đương sự. Điều kiện đủ là không cộng sản vì chính ông là nạn nhơn nên mới bỏ nước lưu vong tới xứ cờ hoa nầy.

Từ khoảng ba thập niên nay nhiều vị nguyên thủ đã đóng trọn vai ngây thơ, nhút nhát, và lầm lẫn. Ba mươi năm sau một doanh nhân thành đạt bỏ hết sự nghiệp bước ra cứu nước, kéo cả gia đình dấn thân vì đại nghĩa. Gần tới ngày tổng tuyển cử không khí càng trở nên sôi động. Cho dù lúc nhớ lúc quên như ông già bảy mươi tuổi, bây giờ hơi giống ứng cử viên từng làm phó cho ông tổng thống da đen chống Mỹ, bà vẫn theo dõi chánh trường mà trước đây ai cũng lầm tưởng trong khe như tờ giấy trắng.

"Ông tổng thống lo cho đất nước vậy mà tụi nó trù dập tối đa," bà thương cảm nói, vừa coi Youtube.

"Xem cuộc tranh luận thứ hai mới thấy tội nghiệp cho ổng quá."

"Ờ tội nghiệp ổng quá, mới khỏi bịnh viêm phổi tàu," bà vuốt. "Phân biệt đối xử thấy rõ."

"Ai đời dành cho ông Biden ghế bành thoải mái còn ông Trump ngồi trên cái gì nhỏ như cái ghế đẩu không dựa lưng cũng không có chỗ để tay," ông so sánh hai màn ảnh. "Người ta mới phanh phui vụ thơ bưu điện có đánh dấu chữ R với chữ D."

"Mấy chữ đó nghĩa là gì?"

"Cộng hòa và Dân chủ. Cùng một gia đình, thơ của người chị có ghi chữ R còn thơ kia của thằng em ghi chữ D." Ông lại tiếp, "Người ta còn thấy trong thùng rác và dưới mương hầu hết bầu cho Cộng hòa."

"Vậy bưu điện không còn tin được sao?"

"Bởi cho nên họ lấy lý do bịnh viêm phổi tàu đòi bắt bầu cử bằng thơ đặng ăn gian cho dễ. Bằng mọi giá tên đen phải diệt ổng nên tìm mọi cách kể cả ám sát."

"Ở Mỹ mà cũng ghê gớm dữ vậy sao?"

"Để rồi em coi. Sắp tới đây nếu ổng thua thì nước Mỹ trở thành cộng hòa xã hội chủ nghĩa Huê Kỳ," ông ngao ngán nói. "Mình là dân tị nạn cộng sản từ bắc vô nam từ Việt Nam sang Huê Kỳ, bây giờ vượt biên đi đâu? Nếu ổng thắng thì loạn lạc khắp nơi do cái đảng con lừa đó khích động bọn khủng bố nội địa và cộng sản trá hình." Ông lại tiếp, "Thượng viện mới báo cáo vụ tham nhũng Ukraine và Trung Cộng. Nếu trời còn thương nước Mỹ thì ông Trump phải tái đắc cử và cho cái đám thế lực ngầm nầy te tưa *má nhìn hổng ra* luôn."

Ông tin Ông Trump sẽ thắng. Xưa nay cộng đồng mình lơ là vụ bầu cử, "ai làm tổng thống cũng được đâu có ăn thua gì tới mình" mà năm nay lại vận động ủng hộ ông tối đa bằng mô tô, tàu bè, xe hơi, du hành MAGA 2020. Bộ lạc Amish xưa nay sống biệt lập với thế giới bên ngoài mà nay cũng xuống đường bằng xe ngựa ủng hộ Tổng thống Trump. Những kẻ chống cuồng chống bạo thề độc nếu ông Trump làm tổng thống thì sẽ bỏ nước Mỹ đi xứ khác mà vẫn còn sờ sờ ra đó, và nghe đâu đã rút video ấy xuống rồi. Nhưng điều ông lạ nhứt là một số người trong giới trí thức tị nạn cộng sản lại muốn bầu cho người từng mạt sát dân tộc mình.

"Còn mấy đứa nhỏ nữa." Tự nhiên ông nói.

"Mấy đứa nào?" Bà lấy làm lạ hỏi.

"Cháu nội cháu ngoại mình chớ đứa nào vô đây."

"Tụi nó sao?"

"Tụi nó chống Trump điên khùng luôn. Bọn nó bị nhồi sọ trong học đường từ hồi nhỏ mà bảo nó không được."

"Nói nó giận mà mình đâu bỏ nó được."

"Nó nói mình ngu."

"Ngu mà nuôi nó tới lớn được."

"Dĩ nhiên là nuôi được nhưng không dạy được, tụi nó chỉ nghe lời thầy cô thôi." Ngừng một lát, ông ngậm ngùi than, "Tại mình không biết tiếng Mỹ."

"Nhưng anh hiểu mà."

"Cho nên trong di chúc anh có ghi một trang tiếng Anh."

"Chi vậy?"

"Bắt một đứa đọc trong đám tang anh."

"Viết gì trong đó?"

"Anh kể nguyên do nào ông cha mình phải di cư vào Nam hồi 1954 và tại sao năm 1975 người mình phải bỏ nước ra đi. Xã hội chủ nghĩa hây ho sao bọn cầm quyền không cho con cháu du học và mua nhà ở Nga, ở Bắc Hàn, ở Cu Ba, ở Venezuela,... hay ở Trung Cộng lại cố bằng được ở Mỹ, ở Úc, ở Canada, và châu Âu?"

"Tụi nó nói chống Mỹ là việc làm còn ở Mỹ là cuộc sống."

"Trong lúc bọn chóp bu mê Mỹ mà con cháu mình lại ngưỡng mộ cộng sản! Em coi có nghịch lý hôn?"

"Đúng vậy. Rồi bây giờ đám cộng sản dân chủ Mỹ học đòi theo tụi nó. Toàn đạo đức giả mị dân. Trong lúc ông Trump đã hai lần dám vạch trần tố và cáo tội ác của cộng sản trên diễn đàn Liên Hiệp Quốc."

"Hồi đó mình tưởng qua bên nầy là để lo tương lai cho mấy đứa nhỏ."

"Anh quyết định không cho cũng không cấp học bổng cho đứa nào thân hay theo cộng sản."

"Em thấy thương ông Trump quá." Bà chạnh lòng nói.

"Bây giờ em lại thương ông Trump, bộ hết thương anh rồi hả?" Ông cười.

"Anh nói xàm không," xong bà lại hỏi, "Anh viết di chúc chưa?"

"Anh viết rồi, em." Ông trả lời ngay.

"Nhớ ghi tên hai đứa nhỏ vô cái nhà nầy."

"Anh ghi rồi, em. Em yên tâm đi. Anh làm theo ý nàng mong muốn mà."

Có một phần đối với riêng ông, ông coi là quan trọng nhứt đời ông nhưng lại không ghi trong di chúc mà chỉ viết trên tờ giấy rời lúc nào cũng để trong hộc tủ bàn viết để phòng khi ông chết bất đắc kỳ tử thì trao lại cho cơ sở văn học và trung tâm văn bút cùng những người bạn thân mà địa chỉ, điện thơ, và điện thoại ghi sẵn. Tới những ngày cuối cùng điều đè nặng trĩu tâm hồn ông là những gì ông viết ông dịch vợ con ông không hay biết cũng chẳng hề đọc.

Còn một chuyện nữa cuối cùng ông mới nói, "Đừng yêu cầu làm lễ phủ cờ." Bao nhiêu năm nay ông ở trong toán đặc biệt của hội cựu quân nhơn chuyên làm công tác phủ cờ cho các chiến hữu mệnh chung nhưng tự cảm thấy mình không xứng đáng hưởng vinh dự ấy. "Làm quan mà không giữ được nước không chết cho quê hương để đến đỗi phải đi lưu vong thì chỉ tủi hổ bản thân." Nhiều người kể cả ông trưởng toán hầu kỳ cũng đồng ý với ông rằng lễ đó chỉ dành cho các anh hùng liệt nữ chớ không cho những kẻ chết già. *Mỹ nhân tự cổ như lương tướng, Bất hứa nhân gian kiến bạc đầu!*

"Anh viết chưa?" Đột nhiên bà lại hỏi.

"Anh viết rồi em," ông kiên nhẫn trả lời. Ông thêm, "Anh viết luôn cáo phó để tới ngày đó tụi nhỏ chỉ cần ghi ngày vô là xong."

"Có ghi tên hai đứa nhỏ hôn?" bà hỏi, đôi mắt ướt. "Sợ nó bán nhà hai đứa nhỏ không có chỗ ở."

"Em đừng lo. Anh ghi tên cả hai đứa vô rồi."

"Tự nhiên nó đi không từ giã em."

"Nó có từ giã anh mà." Ông lập lại.

"Thứ Sáu nó từ dưới basement lên, em hỏi đỡ hôn Quân, nó nói không đỡ," bà mãi nhắc cái hôm trước ngày nó ra đi. "Thứ Bảy em không gặp nó, rồi xế chiều nó chết không người thân nào bên cạnh."

Đối với thằng con, ông phân vân có phải do lỗi mình lơ là để con hư hỏng. Đối với bà xã, bây giờ ông tự trách mình không trọn vẹn tình yêu. Thời thanh niên ông bận chiến chinh rồi khi giặc về đi tù biền biệt, tới khi có thì giờ nghĩ lại thì sân khấu sắp hạ màn. Hễ sanh ra là chắc chắn phải nhận một vai diễn đến hết tuồng thì lui. Nó đã diễn trọn vai rồi, ông bà còn tiếp tục. Kịch bản không phân vai rõ ràng nên ông bà không biết vai mình chừng nào mới dứt nhưng cũng đã chuẩn bị lui vào hậu trường ăn cháo gà rồi!

Ông nhìn bà tội nghiệp và ân hận về những lầm lỡ thời trai trẻ. Nhưng ông đã *hồi chánh* và quyết tâm phục vụ *chính nghĩa quốc gia!*

■ nsh-081103 nhuận sắc 241127

# NGƯỜI VỢ MỘT ĐÊM

*truyện ngắn*

\* *Thân tặng Phi đoàn 118 Bắc Đẩu*

Tôi tình nguyện đi lính bởi nghĩ thời chiến trước sau gì cũng không khỏi khoác áo nhà binh. Khoảng một năm sau, ra trường được ưu tiên về phục vụ ở Biên Hòa, khỏi phải bắt thăm. Không biết có qui định từ Bộ Tư Lịnh hay luật không thành văn của các sếp mà làm việc chừng vài ba năm bắt buộc phải đổi ra vùng ngoài cho những người khác về miền trong. Trước khi đồng minh rút quân, vì nhu cầu phát triển quân lực cho chiến trường sôi động nên một đơn vị mới được thành lập tại vùng Cao nguyên Trung phần.

Trước khi tôi mang ba-lô lên đường đáo nhậm nhiệm sở mới thì ở đơn vị cũ trong Vùng III Chiến thuật mọi chuyện đã vô nề nếp: làm ba ngày được nghỉ một ngày. Các quan có gia đình ở địa phương thì về nhà vui với vợ con, còn ai độc thân hoặc nhà ở Sài Gòn thì phóng về dưới chơi. Trái lại, ở đơn vị mới nầy lạ nước lạ cái không biết chỗ đi chơi nên các sếp đặt qui định làm một lèo nguyên tháng được nghỉ mười ngày. Nhờ vậy mà các quan gốc ở các vùng khác có thời gian xả hơi đủ dài muốn làm gì cũng tiện.

Lúc ấy Quân khu II có hai phi đoàn quan sát chia

bao vùng lãnh thổ Vùng II Chiến thuật. Phi đoàn tân lập của chúng tôi thường biệt phái Kontum, Ban Mê Thuột, Tuy Hòa, và Qui Nhơn. Qui Nhơn thì ai cũng thích vì thành phố lớn nhiều chỗ đi chơi. Biệt phái thường thì hai chiếc máy bay *đầm già* - đôi khi ba chiếc thì phi hành đoàn gồm sáu quan bay - thay đổi luân phiên vài ba tháng đi một lần. Ngoài ra, tại chỗ còn có Đại úy Chánh làm Sĩ quan Liên lạc Điều không và các hạ sĩ quan cùng lính chuyên viên trong toán.

Sau khi họp bàn giao tình hình quân sự, tình báo, và tiếp vận, Biệt đội Qui Nhơn do Đại úy Ngô Minh Châu làm biệt đội trưởng đóng luôn trong sân bay ngay đầu phi đạo, chia nhau tạm trú trong ba phòng dã chiến là ba-rắc cũ của đồng minh và được sư đoàn giao cho một chiếc xe Jeep có tài xế riêng. Ai cũng biết thời chiến mà, các quan độc thân thường đưa người tình vô phòng tâm sự. Thấy tôi đơn thân độc mã không có đào kép gì - tôi bị *thiểu năng trí tuệ* mà, bữa nọ Đại úy Chánh kêu tôi ra chỗ riêng bỏ nhỏ:

"Có chỗ nầy hay lắm."

"Hây là hây làm sao?" Tôi tưng tưng.

"Người vợ một đêm." Chánh tỏ vẻ bí mật.

"Vợ một đêm là sao?" Tôi tò mò hỏi.

"Cô nầy phục vụ từ A tới Z..." Đại úy Chánh ngừng chút xíu nhìn tôi thăm dò. "Cổ phục vụ y như một người vợ thiệt của mình vậy."

"Nghe có lý." Tôi đồng lòng, thử tìm cảm giác một người đàn ông có gia đình xem sao.

"Chắc ăn lắm. Để đi bậy bạ đâu có an toàn." Chánh nói thêm vô.

"Mầy có *đi* chưa?" Tôi hỏi lại.

"Vợ con tao ở đây mà," Đại úy Chánh phân bua, nói tiếp. "Mầy thấy hạp ý và mầy thích thì tiếp tục. Còn nếu không thì kết thúc giao kèo. Không có gì ràng buộc hết!"

"Tao thử một đêm coi sao đã. Mà cổ tên gì?"

"Mỹ Lệ."

"Tên đẹp quá há!"

"Người cũng đẹp lại duyên dáng nữa."

Tôi nghe mà khoái trong lòng, lại hỏi:

"Mầy có tiền dư hôn cho tao mượn đỡ một ít đi đặng chung trước cho cô ta?" Tôi cười cầu tài.

"Tiền là tiền chớ tiền gì dư là sao?" Đại úy Chánh vừa cười vừa móc bóp ra.

"Mầy có gia đình vợ con mới có dư chớ mấy thằng độc thân như tao tiền lính tính liền!"

Tôi không biết Đại úy Chánh liên lạc ngoại giao thế nào. Lúc chở tôi tới trước cửa nhà cô Mỹ Lệ bỏ xuống, nó nói:

"Nhiệm vụ của tao tới đây là hết. Từ đây về sau mầy tự biên tự diễn," nó nói thêm. "Nhưng đại úy nhớ vui chơi không bao giờ quên nhiệm vụ nha!"

Từ khi đảm nhận *căn cứ* mới, Biệt đội trưởng Ngô Minh Châu đóng đô ở đây luôn. Đấy cũng có thể gọi là nhà mà không phải là *cái nhà* hay *căn nhà* mà là một cái phòng thuộc khu cư xá công chức nối liền giống hịch nhau tới mười cái. Hàng rào kín phía trước bao quanh cái sân chung kê bàn ghế cho bốn năm người ngồi chơi. Bên trong có phòng khách, phòng ngủ, nhà bếp, và phía sau có sàn nước chảy ra ống cống chung. Tuy nhỏ nhưng nó cũng đủ chỗ sanh hoạt cho một cặp vợ chồng son hay cùng lắm có một đứa con nhỏ.

Nàng tâm sự:

"Hồi đó em mới học đệ Tam. Ông xã em cũng chuẩn úy ra trường Thủ Đức làm trung đội trưởng Địa Phương Quân của Đại đội ba trăm mấy em không nhớ đóng ở tỉnh lỵ Tân An. Ảnh ở cùng xóm là bạn học của anh Tư em. Hai đứa em yêu nhau. Ban đầu má em có vẻ không bằng lòng, 'Lính sống nay chết mai. Bộ mầy muốn làm quả phụ sớm hả?' Ba em nói, 'Thời chiến kiếm đâu ra một thằng hổng phải lính, bà.' Cuối cùng thì mọi chuyện suôn sẻ. Tính đợi tới khi em thi tú tài xong mới làm đám cưới. Đùng một cái... tự nhiên em có bầu!"

"Sao tự nhiên được?" Tôi cười.

"Thì cứ cho là vậy đi," nàng cũng cười. "Vậy mà anh cũng bắt bẻ em!"

"Nói chơi vậy mà."

"Anh nghĩ đi, cha mẹ phải xấu hổ biết chừng nào."

"Anh biết. Thế hệ mình xã hội vẫn còn bảo thủ nhưng cũng đỡ hơn thời cha mẹ mình."

"Thời may - em không biết may hay rủi - đúng lúc chánh phủ đôn quân, ảnh đổi ra Sư đoàn 22 Bộ Binh," ngưng một lát nàng có vẻ cảm động. "Không có đường lựa chọn, em theo ảnh ra ngoài nầy luôn. Ảnh mướn cái nhà nầy hai đứa ở tới giờ. Hồi đó chừng nửa tháng, có khi một tháng ảnh về một lần. Rồi ngày mùng Chín tháng Mười ảnh đi luôn. Sắp tới giáp năm ảnh rồi!"

"Ảnh tử trận ở đâu?"

"Đâu ở mặt trận Tây Nguyên, Kontum hay Pleiku gì đó."

Phi đoàn Bắc Đẩu có dự mặt trận nầy. Anh em *đi không ai tìm xác rơi* của tụi tôi cũng rớt một chiếc tại đây nhưng may mắn cứu được phi hành đoàn. Tôi chăm chú lắng nghe Mỹ Lệ kể cuộc đời mình.

"Em sanh thằng Thọ ở quân y viện. Ảnh tên Trường đặt tên con là Thọ mà ảnh đâu có trường thọ. Nay nó được mười bốn mười lăm tháng rồi." Nàng ngoắt thằng nhỏ đang chơi trên nền gạch bông, "Lại đây Thọ. Ba con nè." Thằng nhỏ đi chập chững nhào tới ôm tôi. Nàng quay sang, "Anh muốn nó kêu anh bằng ba hôn?"

"Ờ… thì ba," tôi ú ớ trả lời, quá đỗi thình lình trước đề nghị của nàng.

"Anh nhớ, mình là vợ chồng thiệt đó nha."

"Anh chưa có vợ lần nào nên hơi lọng cọng hổng biết đóng kịch có ngon lành hôn!"

"Nếu anh thích em thì mình tiếp tục. Nếu không thì…" Mỹ Lệ ngập ngừng bỏ lửng câu nói. "Đời em bây giờ coi như bỏ rồi."

"Em còn trẻ mà sao bi quan vậy?

"Nhưng ôm con nhỏ làm gì sống bây giờ?"

Tôi phân vân không biết làm sao giải quyết giùm cho nàng.

Tự nhiên thằng bé Thọ đeo tôi. Tôi ôm nó vô lòng mà có cảm giác ngỡ ngộ. *Có con là vầy sao ta?* Nó bập bẹ *ba ba* khiến tôi sướng run người. Từ trên trời rớt xuống có đứa con ngang xương bụ bẫm đẹp đẽ dễ thương. Hai bàn tay nó nhỏ nhỏ như món đồ chơi. Nó rờ rờ cái an-sin trên ngực, rờ rờ cái lon vải trên vai trong lúc mẹ nó nhìn tôi rất hạnh phúc khiến tôi không thể không ôm hun nàng. Lúc thiếu niên mới lớn tôi vẫn mơ một tình yêu lý tưởng với hai vợ chồng có một đứa con thì đây là hiện thực.

Mãi một lúc sau, khi cơn khoái cảm dịu xuống, tôi mở lời:

"Lát nữa mình đi chợ mua đồ về nấu cơm."

"Anh muốn ăn món gì?"

"Món ruột miền Tây của em là món gì?" Tôi hỏi lại, không trả lời thẳng.

"Canh chua cá kho tộ."

"Đúng gu Nam kỳ của anh rồi."

"Bộ anh hổng đi bay sao?" Nàng chợt hỏi.

"Sáng bay rồi, thay phiên nhau," tôi trả lời. "Chiều mới bay nữa. Tụi nó sẽ đem xe lại rước biệt đội trưởng."

"Anh làm lớn dữ ha!" Nàng cười.

"Tại anh thâm niên hơn mấy đứa nó. Biệt đội trưởng đây như anh em, phi đoàn đặt ra cho có người chịu trách nhiệm nếu xảy chuyện gì chớ không quyền uy như trung đội trưởng hay đại đội trưởng bên đơn vị tác chiến."

Lúc hai đứa tôi đang ra xe - chiếc Honda Dame của nàng - đi chợ thì các phi hành đoàn lái xe tới:

"Sư đoàn mời tụi mình ra nhà hàng ăn cơm trưa."

"Tụi bây đi đi," tôi từ chối. "Lát nữa tao ăn cơm với bà xã."

Tôi vừa nói câu nầy, nàng cảm động ôm tôi một cách thân thiện khiến tôi như lên thiên đường, có cảm giác và cảm nghĩ như mình có vợ thiệt.

Chiều mấy anh em đem xe lại rước đi bay, nàng đứng cửa vẫy tay chào:

"Bay xong về liền. Em đợi cơm."

Bấy giờ tôi có một người vợ tiễn mình đi làm rồi đợi mình về ăn cơm chung. Hạnh phúc đầu đời bây giờ mới được hưởng.

Nửa tháng qua tôi cảm giác như sống với người vợ chưa cưới. Hình như tôi yêu nàng.

"Anh đừng xí gạt em," nàng thở dài. "Nhiều người cũng nói với em như vậy."

"Không chắc, nhưng hình như là tình yêu."

"Anh trai tân còn em lỡ thời lại có một đứa con mà."

"Chuyện đó đâu quan trọng, em!"

"Nếu yêu em thì em bỏ cái nghề nầy và anh đưa em lên Pleiku sống với anh," nàng nhóng chừng rồi nhắc lại, "Mai mốt anh đưa em về Pleiku sống với anh được hôn?" nàng rưng rưng. "Làm cái nghề nầy chỉ là bất đắc dĩ thôi."

Có phải trời xuôi đất khiến mà lúc ấy khoảng cuối thu đầu mùa đông rét mướt, mùa của tình yêu trai gái, mùa của hôn nhơn. May mắn là thời đó Căn cứ Cù Hanh có nhiều dãy nhà trống do quân đội đồng minh rút đi. Ly khai với đám quỷ sứ độc thân, tôi xí một phòng đưa người vợ một đêm về ở thử. Ai đã từng sống ở cái xứ nắng bụi mưa bùn Pleiku ắt có kinh nghiệm về cái lạnh cắt da mà có đứa nói hơi quá đáng, đái vừa ra là nước tiểu đông đá liền!

Hai đứa tôi sống hạnh phúc còn hơn tất cả các cặp vợ chồng thiệt trong đơn vị vì họ nhiều khi còn cãi vã nhau. Thời gian trôi qua cả năm trời tôi không về thăm cha mẹ và con nhỏ em trong Nam, chỉ thơ từ qua lại.

"Tình hình chiến sự găng quá, hành quân liên miên. Để mai mốt hơi yên yên rồi con về chơi lâu." Tôi phân bua trong thơ.

Mẹ tôi trách:

"Bộ mầy quên hai ông già bà già nầy rồi sao, con?"

"Con xin lỗi ba má. Thời chiến mà. Ba má thông cảm cho con đi!"

Không biết từ đời nào dòng họ tôi có cái lệ trong gia đình đứa lớn lấy vợ gả chồng rồi mới tới mấy đứa em. Mẹ tôi gài:

"Mầy có vợ thì con Loan mới lấy chồng được. *Đầu xuôi đuôi mới lọt*. Tao đã nhắm con Thúy-chị cho mầy rồi."

"Em con nó lấy chồng trước cũng được. Đời bây giờ đâu cần phải anh trước em sau," tôi lờ đi vụ con Thúy-chị, nói liều. "Sao không là con Thúy-em?"

"Nó còn nhỏ xíu mà!"

"Nhưng con thích con Thúy-em hơn," tôi giả bộ nằng nặc đòi yêu con Thúy-em. "Mười lăm tuổi mà nhỏ xíu gì, má?"

"Cái thằng nầy," mẹ biết tôi nói giỡn. "Ba mầy với tao tính ra ngoài."

"Không được đâu. Tụi nó pháo kích hà rầm. Nguy hiểm lắm." Tôi bác ra.

Phi đoàn không nhiều người đã lập gia đình mà có nhiều đứa vẫn để vợ con trong Nam. Quanh đi quẩn lại quen biết nhau hết, rành còn hơn cảnh sát điều tra hay an ninh quân đội nữa. Thỉnh thoảng vẫn nghe các bà *lái phi công* bàn ra tán vô xàm bậy nào là "con nầy chồng chết có một đứa con," "thằng khờ bị con nhỏ xỏ mũi," và nặng nhứt là "lấy đĩ làm vợ," tôi cũng suy nghĩ nhiều về chuyện tình yêu của hai đứa tôi. Sợ nàng nghe được mà buồn lòng, tôi an ủi, "Em biết anh yêu em và hai đứa sống hạnh phúc là được rồi."

Tôi không khai với gia đình mãi tới khi khoảng một năm sau Mỹ Lệ sanh cho tôi một đứa con gái. Không có cái vụ *con mầy con tao*. Thiệt tình tôi coi thằng Thọ là con chớ không phân biệt con riêng hay con chung. Vấn đề ở đây là *biết* hay *không biết* mà thôi. Thậm chí có bà vợ lăng loàn để con người ta mà mình vẫn coi là con mình và nuôi tới lớn thì sao? Tôi nghĩ tới câu thành ngữ của ông bà xưa, *Cá ai vô ao Qua là cá của Qua*.

Con nhỏ em gái phản đối:

"Anh con trai mới lớn sao lại lấy con gái nạ dòng?"

"Không được hỗn với chị dâu," tôi *quạt* con nhỏ. "Tao có vợ rồi đó, mầy lấy chồng được rồi, em!"

"Con nhỏ đó," nó kịp dừng lại. "*Chỉ* bao nhiêu tuổi?"

"Sanh năm 1950."

"Tuổi Dần?"

"Ờ, bằng tuổi với mầy. Đừng nói với tao là mầy tuổi Dần khó lấy chồng nha!"

Mẹ tôi lại kỵ cái tuổi, cho rằng:

"Mầy tuổi Thân nó tuổi Dần, *Dần Thân Tị Hợi tứ hành xung*, biết hôn?"

"Coi vậy chớ đâu có đúng, má."

"Sao hổng đúng? Trong đời tao đã chứng kiến bao nhiêu cặp rồi," bà nói thêm. "Mầy không tin thì Một là mất mạng, Hai là chia tay."

"Những người theo đạo Thiên Chúa đâu có coi tuổi coi ngày mà vẫn ăn đời ở kiếp đó sao?"

"Nhưng mầy đối diện với tử thần hằng ngày. Tao hổng muốn mầy chết nha con."

Hù tôi cái vụ *tứ hành xung* không được, mẹ tôi xoay sang dọa cái tên:

"Mầy tên Châu, nó tên Lệ làm sao lấy nhau được?"

"Sao hổng được?" Tôi chưa hiểu ý bà.

"Châu mà kết hợp với Lệ? Châu hay Lệ gì cũng là nước mắt hết!"

Tôi không tin.

"Điềm xui nha con. Cuộc tình đầy nước mắt."

Cha tôi nói, "Mầy lên tới đại úy và gần ba mươi tuổi chớ đâu phải còn nhỏ nữa, tự quyết định cuộc đời đi con. Hên nhờ rủi chịu." Ông già nói với mẹ tôi, "Cái tên cái tuổi thì có ăn thua gì, bà."

"Tui muốn nó cưới vợ ở quê mình. *Trâu đồng nào ăn cỏ đồng đó* mà. Hơn nữa sui gia gần gũi tới lui thường mới thân thiết chớ rủi gặp người miền ngoài làm sao hiểu nhau được!" Mẹ tôi nói thêm.

Cuối cùng ông già tôi hỏi:

"Ba má nó còn sống hôn, ở đâu?"

"Dân Long An xứ mình mà. Hổng *Trâu đồng nào ăn cỏ đồng đó* là gì?"

Tôi nghĩ dĩ vãng là những gì đã qua và quyết định chánh thức kết hôn với Mỹ Lệ.

Mỹ Lệ sanh thêm cho tôi hai đứa nữa, một trai một gái. Nếu trời không sập chắc nàng còn đẻ dài dài. Nhưng! Ngày giặc về tôi không vọt một phần vì khờ dại không biết đi Huê Kỳ làm gì, hơn nữa đã đi du học rồi, văn hóa của họ không giống của mình. Vả lại, vì chẳng ưa người Mỹ mặc dầu không đến nỗi *chống Mỹ cứu nước*, cũng như phần khác vì không nỡ bỏ vợ con và gia đình có cha mẹ già. Cuối cùng tình nguyện - đi lính cũng tình nguyện - đi *học tập mười ngày* - cùng với tất cả dân quân cán chánh miền Nam.

Ban đầu ai cũng nôn nóng muốn đi sớm về sớm đặng lo làm ăn. Qua cái thời chinh chiến rồi! Nghe lời thằng quân quản thông báo sĩ quan cấp úy đem tiền theo đủ mười ngày ăn cùng một ngày đi và một ngày về, ai không nghĩ *học* mười ngày. Một ngày trên cõi tiên hay dưới địa ngục bằng... bằng... dài lắm ở trần gian, sách truyện viết là một trăm năm! Hóa ra, mười ngày của chế độ mới không phải là con số nguyên mà là một cấp số cộng bắt đầu bằng *Ba Năm*.

Lúc đầu *học viên* được bộ đội nón cối dép râu *quản lý* ở trong hàng rào kẽm gai bốn góc có lồng cu canh gác. Chuyển qua nhiều trại, tới khi vô ở biệt thự nền đúc tường ạc-mê 30 li do côn an áo vàng cai trị là biết xa ngàn trùng. Sau móc thời gian ba năm đầu tiên, tôi nhắn vợ "Em tính cuộc đời em đi chớ chưa chắc anh có ngày về đâu. Ba năm coi như em mãn tang chồng. Như vậy cũng quá đủ rồi. Anh không trách mà càng thương em hơn. Chỉ mong em lo chu đáo cho mấy đứa con."

"Nhứt phi, nhì pháo, tam sát cộng, tứ rằn ri" mà sau chừng chưa tới ba cấp số cộng nó thả tôi về. Vợ tôi vẫn ở vậy giữa bầy lang sói nuôi bốn đứa con nên người nhưng hai đứa lớn hết lớp Mười Hai đều khựng lại, không được lên đại học. Gia đình tôi đi tị nạn chánh trị mà bọn nó nói tránh là Nhơn đạo H.O. Vợ chồng tôi mới vừa tổ chức cuộc hấp hôn năm mươi năm và sống rất tình nghĩa. Bốn đứa con chẳng biết ổ gà có một trứng khác. Chúng tôi không có ý định tiết lộ lý lịch của thằng Thọ nhưng tôi cứ phân vân rằng "Như vậy thì mình có lỗi gì hôn, nhứt là đối với 'ba thằng Thọ.'"

Nếu không có cuộc đảo đời, tôi cũng chỉ tin *Người Vợ Một Đêm* chưa tới một trăm phần trăm./.

■ nsh-241127

# CHỊ DU KÍCH

*truyện ngắn*

# 1

Ông Phước kể mẹ sắp nhỏ bị nóng lạnh kéo dài cả tuần hay mười ngày rồi tới nhức đầu, mất ngủ, muốn ói, tay chưn bủn rủn, chảy máu cam… có khi nóng sốt như cái lò than; vậy mà kéo dài trước sau chừng mươi bữa nửa tháng rồi đi luôn. Sau nầy nghe nói lại thì người ta cho là bà Phước bị thương hàn là thứ bịnh mà hồi đó không có thuốc chữa hoặc mình ở quê không biết cách chạy. Sau đó, rất nhiều phụ nữ sẵn sàng nâng khăn sửa túi nhưng ông không hứa hẹn với một người nào vì "Tao thương má bây nên không nỡ đi bước nữa."

Ông Phước là con trai một nên ông bà nội cưng như trứng mỏng, mới mười tám tuổi bắt cưới vợ. Mãi năm sáu năm sau vẫn chưa có mụn con nào cho dù đi chùa đi cầu khẩn nhiều nơi. Nội bắt phải thôi vợ đi để cưới người khác và năm sau thì đẻ hai đứa một lượt đặt đại tên là con Hai và thằng Ba. Trong chuyện nầy ai cũng nghĩ hai vợ chồng ông bà Phước không có lỗi mà chỉ bà nội hoặc cái phong tục tập quán hay truyền thống khắc nghiệt lâu đời của người mình.

Sống ở nhà quê chỉ mua dầu hôi nước mắm muối hột muối bọt chớ con cá con tép mớ rau ăn không hết. Đâu biết cao lương mỹ vị gì mà tụi nhỏ lớn như thổi. Những lúc lòng buồn thương nhớ vợ, ông Phước tâm sự với mấy đứa nhỏ, "Má bây lấy tao hồi còn con gái mới lớn, thua tía tới bảy tám tuổi." Hồi đó gia đình cũng nhà ngói, cây mít, sân gạch, máy vú hai bên hông nhà. Dành dụm được mấy lượng vàng mà thuế má, đảm phụ quốc phòng, nuôi quân riết chẳng còn bao nhiêu nhưng vẫn bị coi là gia đình có của.

Ông Phước làm gà trống nuôi con tới lúc sắp nhỏ khá trọng. Hai đứa nhỏ thay phiên nhau cơm nước trà lá phục vụ ông già trong lúc một mình ông làm ruộng làm vườn. Thuở còn bé không nói làm gì nhưng khi lớn lớn tụi nó có nhiều nhu cầu riêng tư khác. Không chắc tụi nó thương xót cảnh đơn chiếc của ông già. Nhiều khi - nói thiệt tình - nội cái chuyện phục vụ ông già cũng chiếm rất nhiều thời giờ không thể làm cái gì khác. Cái gì khác đó ai cũng biết là nhu cầu của mấy đứa mới lớn.

Không biết ai bày vẽ mà tụi nó dám nói:

"Hay là tía coi bà nào được được đem dìa hủ hỉ cho có bạn."

"Đâu có bà nào được," ông già lắc đầu. "Đàn bà thì người nào cũng như người nào hổng khác nhau mấy!"

"Tội nghiệp tía đơn chiếc quá mà hai đứa con hổng giúp được gì."

"Thôi, bây lo phận bây đi, bây cũng lớn xộn hết rồi đó." Ông già cười cười giả bộ đánh trống lảng. "Tao già rồi."

"Già gì mà già. Mới bốn mươi mí mà già gì."

Con Hai thằng Ba kèo nài thêm:

"Tụi con thấy má thằng Đực được đó. Bả ở vá lâu rồi!"

Gia đình ông Phước thân với gia đình thằng Đực, cũng là ấp Phước Hưng-ngoài thuộc xã Long Hòa nhưng chỉ xóm trong xóm ngoài. Nó ở xóm ngoài biền nên tụi nó đi học và mẹ nó đi chợ búa hay đi đâu đều ngang qua nhà hai chị em con Hai. Hồi đó ông Chín Nhơn cha thằng Đực theo Việt minh cùng với ông già con Hai nhưng cha nó hy sanh trong trận Tây bố nên bây giờ gia đình nó được phong tặng là gia đình liệt sĩ. Mẹ nó đẻ chỉ có một lần mà tới hai đứa đều là bạn từ hồi nhỏ với hai chị em con Hai và thằng Ba.

Thời lũ nó học tiểu học, đàng trong mới manh nha rải truyền đơn chống chánh quyền quốc gia. Mãi mấy năm sau mới thành lập được một nhóm du kích. Nói là du kích xã chớ thực ra chỉ có năm sáu đứa trong xóm. Du kích được trang bị một cây mã tấu, một cái đèn pin, một cái nón sắt bằng tre bọc ni-lông, và một tấm ni-lông cùng màu xanh lá cây đậm để che mưa hay quấn ngủ cho đỡ lạnh. Nhờ gốc gia đình liệt sĩ và lớn con tốt tướng, thằng Đực-anh được làm sếp - lúc nầy gọi là xã đội trưởng.

Hình như sau khi mặt trận được thành lập, du

kích được lãnh thêm võ khí *tiên tiến*. Đội có hai cây súng: một cây gì dài dài, còn cây kia nghe tụi nó kêu là cây tâm-xông. Chỉ học lý thuyết suông trong tờ giấy viết tay thôi chớ chưa đứa nào được bắn thử một viên vì "mỗi viên đạn là một kẻ thù." Thằng Đực-anh được cây súng dài và thằng phó cây tâm-xông, kèm theo mỗi cây được bốn năm viên đạn. Thằng Đực-anh đem súng về nhà lấy dầu hôi chùi sét phần kim loại và đánh bóng cái bá súng. Ngoài ra nó còn biểu con Hai may cái bao đạn giống như cái túi rút đựng bi của con nít.

Không khí trong ấp lúc nầy sống động hẳn lên, hội họp và văn nghệ văn gừng liên miên. Con trai con gái cặp kè nhau ủng hộ kháng chiến, nói toàn những ngôn từ cách mạng *vô sản, tư bản,* và *mác lê-nin,* toàn chuyện đội đá vá trời. Ham vui thằng Ba cũng muốn đi làm du kích nhưng mấy anh nói "Mầy còn đi học để mai mốt làm cán bộ." Nó chưa biết cán bộ là làm cái gì nhưng nghe lời mấy ảnh nên tiếp tục học đi đi về về giữa trường Trung học Cần Giuộc với ấp Phước Hưng. Chưa bao giờ nó bị an ninh đàng ngoài hỏi thăm sức khỏe.

## 2

Ông già Phước gốc cách mạng nên cũng có uy tín trong ấp. Cho dù ông học không nhiều trong bưng hồi kháng chiến nhưng chữ nghĩa cũng khá hơn hầu hết những người trong xóm. Hồi đình chiến một số tập kết ra Bắc để hai năm sau về giải phóng miền Nam. Đa số những người hồi cư đều trở lại hoạt động cho đảng trong, nhưng ông không, "Thôi, đóng góp bao nhiêu đó đủ rồi." Ngay cả thích làm dân thường nhưng ông cũng ít khi ở nhà, "Tụi nhỏ tự lo được rồi." Hai chị em thằng Ba theo dõi thì được biết ổng hay ra nhà hai anh em thằng Đực ở xóm biển.

Trong lúc đó thì thằng Đực-anh lại ăn dầm nằm dề ở nhà ông Phước. Ban đầu thằng Ba tưởng chỉ khi cuối tuần nó về nhà thì hai anh em thằng Đực mới vô chơi hóa ra nó kết con Hai theo cái kiểu trai gái chớ không phải như hồi con nít. Khi thằng Đực-anh bắt đầu kêu chị Hai nó bằng *bồ* thì nó hơi nghi nghi rồi và tới lúc biết con Hai cặp với thằng Đực-anh, nó phản đối:

"Bộ hết người rồi sao cặp với thằng con nít bạn tui?"

"Nó lớn xộn rồi chớ con nít gì?"

"Tui hổng chịu kêu nó bằng anh đâu."

"Ai biểu mầy kêu bằng anh."

"Vậy chớ kêu bằng gì?"

"Trước nay mầy kêu bằng gì thì cứ như vậy đi."

"Vậy tui kêu bằng *thằng* như hồi đó giờ nha."

"Hổng sao đâu," con Hai bằng lòng và tràn đầy hy vọng. "Tương lai nó ngon lắm đó, gia đình liệt sĩ mà."

"Đảng ngoài mà thắng thì cuộc đời nó kể như lúa luôn chớ ngon cái gì?"

Hai anh em thằng Đực với hai chị em con ông Phước học cùng lớp. Tới hết lớp Nhứt thì chỉ còn mình thằng Ba lên trung học. Ông Phước nói, "Hồi đó tao chỉ học trong bưng chữ nghĩa hổng bao nhiêu nên tao muốn cho mầy kiếm chút ít chữ nghĩa đặng mai mốt dạy thầy giáo hay làm thầy thông thầy ký cho gia đình nở mặt nở mày với người ta." Ông lại nói, "Đó là nói theo cái kiểu mầy theo quốc gia. Còn nếu theo đàng trong mà có chữ nghĩa cũng sướng hơn người ta."

Ông Phước kể tiếp, "Đi du kích hay bộ đội đàng trong thì ngủ bờ ngủ buội - có khi ngâm mình dưới nước cả ngày cả đêm - cực lắm lại nguy hiểm nữa. Cán bộ là về công tác chánh trị như tuyên truyền, giáo dục giai cấp, vận động quần chúng. Cán bộ chuyên môn ngủ nhà dân - kẹt lắm mới trốn dưới hầm." Ông ngần ngừ nghĩ chẳng biết có nên kể cho thằng con mới lớn nghe không, "Mầy làm cán bộ thì cả đám đàn bà con gái đeo mặc sức mà lựa chọn!"

Từ hồi lên trung học chỉ cuối tuần mới về nên sanh hoạt trong xóm thằng Ba không biết nhiều. Hồi ở trường Cần Đước chưa hết đệ nhứt cấp cũng có nhiều thằng ly khai vô bưng nhưng thằng Ba vẫn tiếp tục lên Cần Giuộc. Rồi chẳng bao lâu con Hai tình nguyện đi du kích theo thằng Đực-anh. Nó làm thơ ký hay trợ lý gì đó cho thằng Đực-anh nên hai đứa lúc nào cũng xà nẹo với nhau. Không biết hành quân công đồn đả viện thế nào mà chẳng bao lâu nó dính bầu.

Mấy anh cán bộ biểu nó phá thì mới tiếp tục đi

du kích được chớ mai mốt cái bụng thè lè làm sao mà chạy.

Ông già Phước nói thẳng thừng:

"Có sức chơi có sức chịu!"

"Hễ để thì phải ra dân," con Hai nói. "Mấy ảnh nói vậy."

"Thà về nhà làm dân thường chớ phá gì." Ông Phước lại hỏi, "Mầy khoái làm du kích hay mầy mê thằng Đực-anh?"

Con Hai ú ớ không trả lời được.

Ông nhìn lên bàn thờ có cái hình Phật Thích Ca thỉnh về từ hồi làm đám cưới với "má con Hai." Trước nay theo lệ từ ông bà nội, ông theo đạo thờ cúng ông bà nên trước nhà có dựng một cái bàn thiên ông đốt nhang hằng đêm. Ông chưa quy y với nhà sư nào hết nhưng tự cảm thấy mình là Phật tử như bao nhiêu người khác. Ông tin có luật nhơn quả nhưng bác bỏ cái vụ cầu trời khẩn Phật để được toại nguyện cái gì mình mong muốn.

"Tội chết. Có gì để tao nuôi cho. Lâu quá rồi tao không có con nít."

Ông già mong có con nít thì kết quả nhãn tiền: Bà Chín Nhơn cũng có bầu sanh ra thằng Khanh là biến cố trọng đại thời cách mạng. Hai bàn tay không che được mặt trời. Và con Hai nghe lời ông già Phước không phá thai để đẻ một thằng con cách mạng là thằng Mạnh. Đặt tên nó là Mạnh ý ông Phước muốn nó mạnh khỏe ngon lành nhưng nó lại èo uột khó nuôi lối xóm ai cũng nói nó xấu hái nên biểu ông nấu chè xôi đặt tên lại. Cuối cùng nó mang cái tên mới là thằng Cu. Cũng may mà nó là con trai!

Theo dòng đời trôi, hai đứa con nít lớn lên là bạn bè, tính theo vai vế không biết gọi nhau như thế nào. Thằng Khanh là anh em một mẹ khác cha với hai thằng Đực và một cha khác mẹ với hai chị em thằng Ba. Nhưng rắc rối ở chỗ thằng con của con Hai. Thằng Cu xưng hô ông Phước là ông ngoại và kêu bà Chín Nhơn là bà nội. Thằng Khanh vừa là chú vừa là cậu của thằng Cu vì nó vừa là em của hai thằng Đực vừa là em một cha khác mẹ của con Hai. Cuối cùng hai thằng nầy là *mầy tao* với nhau.

### 3

Ông Phước đang ngồi ngay cái bàn hình chữ U mặt cẩm thạch vấn điếu thuốc rê ngẫm nghĩ chuyện đời. Bấy giờ nhà có thêm một thành viên nhí nữa ông cũng đỡ buồn. Thằng Cu mới biết đi lững chững nên lẩn quẩn theo ông ngoại, chưa biết nói nhưng cười hoài, chợt nó la lên. Thằng Ba lù lù bước vô. Ông ngạc nhiên:

"Ủa, sao tuần nầy mầy dìa sớm vậy?"

"Bữa nay nghỉ học."

"Sao nghỉ?" Ông già ngạc nhiên.

"Tất cả thầy cô nghỉ dạy mấy ngày," thằng Ba lo lắng. "Chiếc xe đò Kim Lợi bị giựt mìn."

"Có sao hôn?"

"Có người chết nhưng thầy cô chỉ bị thương."

Thằng Ba nhìn ông Phước với vẻ mặt buồn buồn:

"Có người bị thương nặng hổng biết có qua khỏi hôn."

Ông Phước quan sát khuôn mặt thằng Ba càng nhớ "má con Hai." Bà Phước con gái quê mà da mặt trắng hồng. Bà không đẹp như hoa khôi hoa hậu nhưng cái miệng có duyên giống của con Hai và tướng tá cao ráo giống của thằng Ba. Ông chậm rãi nói:

"Hồi đó má mầy cũng bị giựt mìn!"

"Ủa, sao tía nói má bị thương hàn?" Thằng Ba ngạc nhiên nhìn lên cái hình bà Phước trên bàn thờ, trẻ xấp xỉ như chị Hai nó.

"Ờ, thì tao nói vậy chớ làm sao nói khác được!" ông Phước tiếp. "Bây giờ chắc mầy biết rồi."

"Vậy sao tía để chị Hai đi du kích?"

"Trong không khí sục sôi theo phong trào tía dám làm khác được sao, con."

Ông Phước nhìn ra thửa ruộng trước nhà trơ gốc rạ nơi có cái mả của bà vợ. Tính tới bây giờ bà đi cũng đã mười mấy năm rồi. Ông nghĩ chiếc xe đò Kim Lợi là của ba má con Thuận học lớp tụi nhỏ ở nhà chớ đâu phải xe nhà binh, nó cũng không có chở lính quốc gia. Mỗi khi trời dịu nắng và gió hiu hiu se lạnh nhắc ông sắp Tết. Sắp Tết là ông lại buồn nhớ vợ vì tới đám giỗ "má con Hai."

Ông hỏi:

"Trường cho bây nghỉ Tết mấy ngày?"

"Năm nay tới hết mùng Ba."

"Tuần rồi tụi nó ăn cướp nhà Ba Giác."

"Ba Giác nào?"

"Đây có một Ba Giác thôi chớ Ba Giác nào? Con của chú Tư Trương."

Trầm ngâm một lát ông Phước tiếp:

"Cái đáng nói không phải vụ cướp, mà là…"

Thằng Ba nhìn ông Phước chờ ông nói tiếp:

"… bắt được hai thằng mà xử tử một thằng!"

"Phải cái xác chỗ miếng ruộng hình tam giác đầu lộ đất hôn? Hồi nãy con thấy mà chưa kịp hỏi tía. Có miếng giấy viết tay nữa," thằng Ba chợt nhớ ra.

"Thằng kia là anh ruột của thằng Tám cán bộ. Nó nháy mắt cho thằng đó trốn."

Chỉ có mình ông Phước biết nó là thằng Bảy Xạo từ Sài Gòn về.

Ông tiếp thêm:

"Lúc nầy nghe rục rịch tụi nó tính bắt thanh niên vô bưng. Mầy khôn hồn thì đừng dìa nữa để tao tính."

Ông già nói, "Thằng Đực-anh tử trận trong đêm tấn công đồn Rạch Kiến," một lát ông tiếp. "Chừng một chục thằng du kích có mấy cây súng với mấy trái bê-ta mà đòi đánh bót Rạch Kiến bởi bị xí gạt có tiểu đoàn cơ động tỉnh Long An yểm trợ. Tụi nó nghĩ đánh hổng cần thắng chỉ gây tiếng vang thôi."

Lính đem xác để ở chợ thông báo ai là thân nhơn lãnh về chôn. Cán bộ vận động đàn bà con nít - không một người thanh niên đàn ông nào dám - đi biểu tình đòi xác. Cán bộ với du kích đưa đoàn biểu tình khỏi nhà Tám Ái qua cầu ông Bộ rồi trở lại chờ tin thắng lợi.

Ông Trung úy Thế nói với ông Quận trưởng:

"Đại úy để tui lo vụ nầy cho."

"Ờ, Trung úy đối phó giùm đi."

Ông Đại đội trưởng nói tiếp:

"Nghĩa quân đa số quen họ khó làm việc. Còn tui có kinh nghiệm *đối xử* với những người biểu tình hồi trước ở Ngã Ba Mũi Tàu Cần Giuộc."

Lính Đại đội 2 Tiểu đoàn 2 Trung đoàn 46 gom bà con lại ngay khoảnh đất trống vừa qua khỏi cầu Ông Tánh. Chị Tư Trưởng Ban Nữ công lên tiếng yêu cầu lính không được giết hại dân lành. Ông Đại đội trưởng nói anh du kích nầy tấn công đồn bị tử thương chớ đâu phải lính quốc gia bắn bừa bãi giết dân. Ông yêu cầu ai là thân nhơn thì lãnh xác về chôn, không cần khai tên tuổi, và lính không làm khó dễ gì.

Nhưng bà Chín Nhơn không dám nhận. Hồi ở nhà con Hai khóc đòi ra nhận nhưng ông Phước khuyên không nên. Bấy giờ con Hai cũng rét nên làm thinh.

Tới trưa ông Đại đội trưởng biểu lính khiêng nước tới phân phát cho bà con. Tới chiều thấy có vẻ bà con chịu không nổi cái nắng nóng, ông Trung úy Thế hỏi:

"Bà con có muốn yêu sách gì nữa hôn?

Không có ai trả lời.

Ông Đại đội trưởng nói:

"Nhơn danh quân đội quốc gia bảo quốc an dân, tôi xin chia buồn cùng gia đình," ông trung úy cũng hơi cảm động. "Thôi bà con đem xác thằng em nầy về đi. Đừng nghe lời Việt cộng xúi đi biểu tình nữa."

## 4

Thằng Ba hết muốn làm cán bộ cách mạng mà đi theo quốc gia. Lúc đó thi Trung học Đệ Nhứt Cấp phải xuống Tân An, còn Tú Tài phải xuống tận Mỹ Tho. Mới vừa đậu, nó tình nguyện đi Thủ Đức, mãn khóa về đóng ở phi trường Biên Hòa.

Mặc dầu chưa có vợ con nhưng đại gia đình nó bây giờ gồm ông Phước, bà mẹ thằng Đực tức bà

Chín Nhơn, chị Hai, và thằng Cu.

Thằng Cu hồi đẻ ra tới giờ chưa ai đi khai sanh cho nó. Chuẩn úy Ba nộp đơn xin làm thế vì khai sanh đổi tên cho nó thành thằng Cư để mai mốt nó đi học chớ kêu thằng Cu hoài kỳ quá!

Chuẩn úy Ba cũng đang kiếm một thằng bạn sĩ quan độc thân để gả chị Hai du kích của nó.

■ nsh-241024 nhuận sắc 241127

# CHUYỆN VỢ CHỒNG

*truyện ngắn*

Lúc mới qua nhờ cô Thu nhơn viên xã hội giới thiệu, tôi đi làm cái hãng Powerlines nầy trước. Lỡ thầy lỡ thợ thì chỉ làm công việc tay chơn vì cái nghề giáo sư dạy giờ và kèm trẻ tại tư gia không có đất dụng võ. Thấy công việc cũng không lấy gì nặng nhọc tôi bèn giới thiệu hai vợ chồng bác Tư vô. Cũng như tôi và nhiều người mới qua Mỹ, với hai bàn tay trắng hai vợ chồng bác Tư lo làm không biết mệt; thậm chí không bao giờ trả lời *Nô* khi đốc công hỏi có muốn làm thêm ngày nghỉ hay không.

Những lúc cuối tuần rảnh rang hài lòng nhìn căn nhà khang trang, bác gái nói với bác trai:

"Nếu còn ở bên ấy thì không biết mình sống ra sao nữa!"

"Làm sao sống được. Hồi đó người ta nói tụi nó chủ trương bần cùng hóa nhơn dân mà mình đâu có tin." Bác Tư nghĩ tại họ - nhứt là dân Bắc kỳ - ghét cộng sản mà tuyên truyền quá đáng như vậy.

"Dân có nghèo nàn dốt nát họ mới cai trị được." Tôi nói xen vô.

Hình như bác mới biết có sự hiện diện của tôi

bèn quay sang hỏi:

"Mầy còn hút thuốc hôn?"

"Tui nghỉ mấy tháng nay rồi. Coi vậy mà khó, phải đi châm cứu mới bỏ được."

Bác Tư gái càm ràm:

"Ông này hút suốt."

"Người ta nói 'Vừa hút thuốc vừa uống rượu vừa đánh bài thì thọ chín mươi ba tuổi," bác Tư cười. "Nhưng anh không uống rượu và hổng biết đánh bài chắc sống chưa tới chín mươi ba đâu."

"Ông cẩn thận, không lại chết sớm." Bác gái cảnh cáo.

"Chết sớm hổng sợ mà sợ em có chồng khác," bác trai cười nhìn bác gái. "Mà hổng chừng chấm ai đó rồi. Thấy thường xuyên lên coi các trang tìm bạn bốn phương *Uyên Huỳnh Cuộc Sống Mỹ, Kết Bạn Bốn Phương, Bạn Muốn Hẹn Hò, Đi Tìm Một Nửa Trái Tim,...* trên Facebook và Youtube hoài hoài."

"Mấy trang đó nói gì?" Tôi thắc mắc.

"Đại khái là tìm bạn bốn phương nhưng nó thâu video clip rồi đưa lên Facebook hay Youtube. Mình tự khai thân thế sự nghiệp, thích cái gì, muốn tìm người như thế nào.... Người chủ channel - thí dụ Cô Uyên Huỳnh - lựa xem hai người nam nữ thích hợp nhau mới hẹn lên nói chuyện trực tiếp - trực tiếp trên đài chớ chưa phải gặp nhau ngoài đời. Lần đầu nếu không thích thì *bái-bai*. Còn nếu kết nhau thì chủ trang đó cho số điện thoại để hai người tự liên lạc và tự biên tự diễn màn kế tiếp."

"Tìm bạn bốn phương kiểu tân thời," tôi khen. "Hồi đó đợi thơ từ qua lại lâu lắc vì còn phải qua tòa soạn báo kết nối. Bây giờ thời đại 4.0 mà!"

Bác Tư trai tiếp, "Thí dụ điển hình như tao là một người đàn ông thì viết như vầy: Đàn ông độc thân ở Mỹ bảy mươi tuổi đã về hưu có nhà cửa và con cái đã lớn ở riêng muốn tìm một người phụ nữ cùng thế hệ để vui sống tuổi già." Ông nhìn bác Tư gái, nói tiếp, "Còn nếu như là phụ nữ thì nói như thế nầy: Phụ nữ U-60 khá nhan sắc đã thành đạt ở Mỹ có gia sản muốn về Việt Nam làm ăn sẽ ly dị vì chán sống với ông già nhà quê muốn tìm một người thanh niên yêu đời càng trẻ càng tốt."

"Rảnh thì lên xem cho vui thôi. Từng tuổi này rồi, lấy ai nữa, ai thèm lấy," bác gái cười giả lả, nói thêm. "Ngoài cái mùi thuốc lá hôi hám không chịu nổi, còn... còn..., thôi, không nói nữa."

Bác trai hiểu và tôi cũng hiểu. Nhiều lần bác trai tâm sự về chuyện nầy, "Chuyện tới thì phải tới!"

Luôn luôn lúc nào bác gái cũng than phiền hết chuyện nầy "Lúc nào cũng nghĩ ngược lại với số đông" tới chuyện kia "Đọc cái gì mà đọc ngày đọc đêm!"

Tôi nhớ tới hình hai con chim đậu không kề nhau trên cành cây ai đăng trên Facebook, một con ngoảnh mặt đi còn con kia thì ngoác mỏ, với chú thích rằng: "Dầu không biết rành về chim nhưng tôi có thể dễ dàng nhận ra ai là vợ ai là chồng trong bức ảnh nầy."

Tôi đỡ lời, "Kệ ổng. Tuổi già có niềm vui riêng. Chớ bác biểu ổng làm gì nữa?"

"Ông ích kỷ, chỉ lo mình ông ấy thôi!"

Quay trở lại cái vụ làm ăn, bác gái nghĩ chạy chọt luồn lách cũng không đến đỗi nào:

"Coi thế chứ trong xã hội ấy mình khôn cũng sống được."

"Khôn như em thì có được bao nhiêu người?" Bác trai có vẻ không hài lòng.

"Trước đây trong khi anh đi cải tạo và cả nước bữa đói bữa no em đâu để tụi nhỏ ăn bo bo." Bác gái tự hào vì bác có người thân từ miền ngoài vô.

Gặp cơ hội mới, được một thời gian có nhà có cửa dư giả thoải mái thì bác gái mở tiệm neo, mới đầu một tiệm rồi hai tiệm rồi ba tiệm. Sau khi có tiền rủng rỉnh bà rủ ông về bển chơi, "chớ bên này buồn quá!" Bà buồn vì tiếng Anh của bà chập chờn và hầu như không có bạn bè.

Bác Tư trai bác ra:

"Mình đi tị nạn chánh trị mà về cái gì?"

"Thiếu gì sĩ quan đi đầy rẫy có sao đâu. Tướng Nguyễn Cao Kỳ còn về."

"Cha con ông đó mà nói làm gì nữa? Tại vì họ mau quên."

"Lâu quá rồi nhớ làm chi cho mệt đầu."

"Phải nhớ mình bị cướp nước cướp nhà. Nhớ để căm thù chớ!"

Bác Tư gái cười không biết bác đùa hay nói thiệt:

"Nói cho cùng cũng nhờ Việt cộng mình mới được sang Mỹ."

"Đừng ăn nói vô duyên như vậy!" Bác trai nổi giận muốn nói một câu nặng lời nhưng kịp dằn xuống.

"Chứ không phải sao?" Bà cố cãi.

"Sống hổng nổi với cộng sản mình mới bỏ xứ ra đi."

"Nếu không, đời nào mình đi được!" Bà cố vớt vát.

Bác Tư gái sống ở Mỹ nhưng lòng lúc nào cũng mơ về Việt Nam chơi vì lúc nhỏ nghèo khổ chưa có dịp hưởng thụ. Bác trai cũng nhớ quê hương không lúc nào nguôi. Bác nhớ cái ấp Phước Hưng mùa gặt lúa. Bác nhớ con đường đất ướt sương mỗi sáng đi học tới nhà thằng Ái con Thậm chị bảy Hà qua cầu Ông Bộ tới cầu Ông Tánh có người đón mua hột gà mẹ cho làm quà đi học. Bác nhớ cái chợ Rạch Kiến bán bông vạn thọ mùa Tết. Bác nhớ những buổi tối ngồi canh nồi bánh tét với lũ em mà bây giờ đứa còn đứa mất.

Nhưng mỗi người nghĩ một cách khác. Và vì bác Tư trai không đi, bác gái về một mình, "Cơ hội bằng vàng." Nhiều lúc tôi nghĩ có khi nào bác gái rủ bác trai là mời lơi theo kiểu người miền ngoài không.

Người bên Việt Nam kể bác Tư gái hồi đó nghèo chẳng quen ánh đèn sân khấu cũng không từng biết cao lương mỹ vị. Bây giờ Việt kiều nhờ dao kéo trông trẻ ra, bác sống như chưa bao giờ được sống. Các nhà nghiên cứu khoa học nói ở cái tuổi nầy thì rõ ràng người đàn bà đã qua cái tuổi hồi xuân rồi nhưng bác Tư gái lại khác. Ở bển cả tháng chớ thật ra về dưới quê Mộc Hóa thăm bà chị Hai chừng vài ngày; ngoài ra toàn chơi ở Sài Gòn. Bác tạm trú trong khách sạn bốn năm sao với một người thầy dạy nhảy đầm.

Thầy Minh đề nghị:

"Thời gian tới em báo nãnh anh sang Mỹ nhé."

"Anh qua đấy làm gì?" Bác Tư hỏi ngay.

"Người ta lói bên đấy dễ kiếm tiền nắm mà."

"Đúng là dễ kiếm tiền nhưng cực lắm mà không vui đâu, nhất là mình không biết tiếng."

Bác lại khuyên người tình:

"Để em về đây mua nhà và làm ăn luôn đi. Bây giờ đang có nhiều dự án xây chung cư lắm."

"Em lói thế cũng có ní. Mua vài căn hộ cho người lước ngoài thuê," Thầy Minh hào hứng đáp. "Giờ Việt kiều về đầu tư nhiều nắm: ngân hàng, hãng xưởng, hộp đêm, và cả nhà hàng nữa."

Nhắc tới nhà hàng, bác Tư gái cảm thấy hơi đói, liền hỏi:

"Anh làm việc ở đây lâu có biết chỗ nào ăn ngon không?"

"Có tiệm cơm tấm ngon nắm: Cơm tấm Long Xiên."

"Anh ăn được món Nam Kỳ sao?"

"Giờ người Lam họ nàm cũng ngon mà," Thầy Minh cười đưa cho bà Tư coi tờ quảng cáo. "Đây, Thành Trí, cơm tấm Long Xiên."

Phía dưới quảng cáo còn ghi thêm hai hàng "Phá nấu 30k/100g và Da nợn kho 10k/100g."

Bác Tư đọc xong phê bình:

"Quảng cáo gì mà viết cứ như nói ngọng thế!"

Thầy Minh hơi ngượng, lảng tránh:

"Thôi, mình đi nhé."

Sau đó hai người ra tới chiếc xe thể thao màu cánh gián. Thầy Minh mở cửa bên phải cho bác Tư, khoe:

"Chiếc lày 25 tỉ đấy!"

"Hiệu gì mà đắt thế?" Bà Tư ngạc nhiên hỏi.

"Lamborghini Urus. Ở Việt Nam không nhiều người có đâu."

"Em sang Mỹ bao lâu rồi mà chưa từng thấy chiếc này."

Thay vì tới tiệm Cơm tấm Thành Trí, Thầy Minh đưa bác Tư đến Nhà hàng La Villa French Restaurant ở Quận Nhì, nổi tiếng với ẩm thực Pháp cao cấp và không gian biệt thự lãng mạn. Hai người cùng thưởng thức đặc sản Pháp cả thêm rượu vang, ra dáng những người sành điệu.

Dùng bữa xong, hóa đơn tính tiền là sáu triệu năm trăm năm mươi ngàn đồng - dĩ nhiên không phải Thầy Minh trả. Bác Tư gái đưa sáu triệu sáu vừa cười bảo: "Thôi, khỏi thối. Giữ luôn đi uống cà-phê."

Về Mỹ chẳng bao lâu bà lại muốn về bển nữa, "Bây giờ tụi nó tiến bộ lắm chứ không phải như hồi Bảy Lăm đâu. Văn minh còn hơn bên này nữa. Làm ăn thì nhân công rẻ rề."

Ông chồng khuyên:

"Làm ăn thì ở đây làm ăn cũng được chớ về bển làm chi?"

"Ở bên ấy dễ làm ăn lắm nhất là có người đỡ đầu."

"Em coi chừng bị người ta xí gạt đó. Còn nếu không thì bị đè đầu lấy tiền. Nhan nhản các đại gia bị lột sạch còn bị ở tù nữa. Hết Nguyễn Phương Hằng tới Trương Mỹ Lan đến Nguyễn Thị Như Loan hay cái gì Loan mẹ của thằng Cường đô-la đó, rồi sẽ còn dài dài nữa."

"Tôi không lừa người ta thì thôi chứ ai lừa được tôi!" Bác Tư gái rất tự tin, nghĩ tới người tình làm cán bộ chánh quyền.

"Để rồi em coi. Chừng nào bị tịch thâu hết mới sáng mắt!" Ngẫm nghĩ một lát, bác Tư tiếp, "Em nên nhớ câu thiệu nầy những người làm ăn bên bển thường nói: 'Thứ nhứt hậu duệ, thứ nhì quan hệ, thứ ba tiền tệ.'"

Nhưng bác Tư gái bỏ ngoài tai. Lần trước về bác Tư gái bung tiền giúp đỡ người nghèo vì "thấy tội quá!" Bác trai nói đó là do nhà nước cố tình như vậy "để họ phải tất bật lo cơm áo gạo tiền, việc gì em phải lo? Trị bịnh là trị tận gốc chớ sao lo cái ngọn?"

Lần nầy trước khi đi bác Tư gái gởi tiền về đặng mua chim phóng sanh. Bác Tư trai giải thích:

"Phóng sanh là thấy con vật bị bắt mình mua thả cho nó về môi trường sống của nó mới đúng ý nghĩa phóng sanh chớ đâu phải vậy."

"Phải nhờ thầy làm lễ mới thiêng," bác gái nói. "Phải tụng kinh giải thoát cho chúng."

"Lại nhờ mấy thằng thầy chùa lửa quốc doanh! Chim nó đang ở ngoài rừng bắt đem bán nhốt mấy ngày rồi thả mà gọi là phóng sanh? Vậy là ác lắm, em biết hôn?"

"Kệ tôi. Ai cũng làm thế cả," bác gái khư khư vì bác tu theo kiểu Đạo-Đời đồng hành cùng xã hội chủ nghĩa!

Thiệt sự thì bác Tư trai cũng đã chán ngán cái cảnh vợ chồng như sao hôm sao mai, không cùng nhìn về một hướng như hồi mới yêu nhau mà lại nhìn nhau bằng ánh mắt chiều hôm tắt lửa. Bác Tư gái chán cuộc sống đơn điệu ngày nầy qua ngày khác từ mấy năm nay. Sáng đi coi tiệm neo, trưa ăn cơm chỉ, chiều tối mua cơm tiệm trước khi về nhà. Tắm rửa. Đếm tiền. Coi phim. Ngủ đồng sàng dị mộng. Chẳng lẽ gặp mặt chồng không chào một tiếng không nói một câu trong khi sống với phi công trẻ hạnh phúc và sống động hơn.

"Anh ạ, hay là mình chia tay đi." Bác gái đề nghị.

Bác trai đã trở thành triết gia không nhìn bà, đáp ứng ngay "Thà vậy tốt cho cả hai."

Kết quả của ca thuận tình ly hôn nầy là ông vẫn ở nhà cũ. Bác Tư trai có vẻ an phận tuổi già sống với số tiền hưu và một ít tiền để dành, lúc nào có dư thì tặng cho cựu quân nhơn và thương phế binh. Trái lại, bác gái vẫn còn năng động. Bác thích cái thân thể cường tráng và nhớ anh thầy dìu bước trên sàn nhảy đầy ánh đèn màu mà từ ngày lấy bác trai tới giờ bác đâu được hưởng. Bác Tư gái bán mấy cái tiệm neo ôm tiền về Việt Nam mua nhà cho hai người ở và làm ăn.

Được tin nhà cầm quyền bựt đèn xanh chiêu dụ người Việt hải ngoại đem tài sản và tri thức về xây dựng đất nước, bà xin giấy chiếu khán nhập cảnh năm năm cho tiện. Từ bấy, bác Tư gái đi đi về về như đi chợ, "công dân Mỹ rồi." Lúc muốn bác chỉ cần mua vé máy bay là đi. Trong thời gian du lịch ăn hưởng bên bển bác Tư gái trông trẻ ra cỡ mười tuổi. Ai cũng khen "Việt kiều có khác!" Những người có kinh nghiệm tình trường cho rằng nhờ anh chàng phi công trẻ mà bác Tư gái yêu đời hơn lúc trước sống với ông già ở chung cư Wexford.

Trong khu chung cư dành riêng cho người cao tuổi nầy chỉ có hai gia đình người Việt duy nhứt mà bác Tư đã về hưu lâu rồi trong khi tôi chưa tới tuổi. Lúc trước thỉnh thoảng cuối tuần hai *ông già* qua lại uống cà-phê và lâu lâu lại đấu một vài chai cho đỏ mặt chơi. Thú thiệt chẳng những bác trai thôi đâu mà tôi cũng kỵ rơ bác Tư gái. Nhưng từ ngày ông sống độc thân, kể cả ngày thường chiều chiều sau khi đi làm về tôi thường ghé làm bạn nói chuyện chơi cho ông đỡ buồn.

Như mọi khi nhà vắng hoe thiếu hẳn không khí sinh động. Ly cà-phê ông uống xong hồi sáng còn nằm trên bàn. Kế bên là cái tô mì gói ăn xong còn vài cọng và cái muỗng cùng cái nĩa nhựa. Quyển sách *Kissinger's Betrayal: How America Lost the Vietnam War* của Stephen B. Young, thêm hai cuốn *Biến Loạn Miền Trung* và *Việt-Nam Cộng-Hòa "Cảnh-Sát-Hóa" Quốc-Sách Yểu-Tử* của Lê Xuân Nhuận nằm kế bên đang xem dở chừng.

Thấy nhà đơn chiếc quá, tôi khuyên:

"Bác nên kiếm một người đàn bà," tôi cười cười nhìn bác thăm dò. "Có chất tươi dầu gì cũng hây hơn."

"Thôi. Kiếm làm con mẹ gì nữa." Ông bác ngang.

"Có một người phụ nữ hủ hỉ cũng vui cửa vui nhà." Tôi cố kèo nài.

"Vui gì mà vui!" Bác Tư dứt khoát.

"Ít nhứt những khi tối lửa tắt đèn," tôi lại tiếp: "Chớ sống *cu-ki* như vầy nếu lỡ có bề gì không ai hay."

"Tao sống dai lắm," ông tự tin. "Dòng họ tao ai cũng thọ."

"Nhưng bác sống đơn độc âu sầu chưa chắc thọ được," tôi nhắc. "Nhạc sĩ gì chồng Ca sĩ Nhã Phương *đi* mấy ngày…"

"Nhạc sĩ Lê Hựu Hà phải hôn?"

"Dạ phải rồi. Ổng *đi* mấy ngày người ta mới biết."

"Mỗi người một số phận, tới số thì đi gặp diêm vương. Có duyên mới gặp nhau, hết duyên thì chia tay. Coi vậy chớ tao đâu có bi quan."

"Bác nói bác sống dai thì đi thêm bước nữa đi," tôi cười. "Sống độc thân uổng quá!"

"Thời nầy khó kiếm một hồng nhan tri kỷ." Ông lắc đầu.

"Đàn bà thì có năm bảy kiểu chớ đâu phải ai cũng vậy!"

"Kiểu gì rồi thì cũng *xem xem*!"

Trúng đài, bác Tư kể với tôi.

Như mọi ngày, sáng sáng ông ngồi tại cái bàn ấy nhìn ra ngoài lòng bâng khuâng nhớ một người như chờ đợi nhưng ông nói với tôi ông "có đợi chờ ai đâu." Hồi đó bác gái hay than với tôi rằng ông *văn nghệ văn gừng tùm lum* nhưng theo tôi biết từ ngày chia tay tới giờ ông sống một mình. Thỉnh thoảng - nhưng lâu lắm - một người con mới tạt ngang nói ba điều bốn chuyện rồi đi. Con cái của mấy anh chị đã lên đại học hết, một trăm thứ lo. Thậm chí như chị lớn nhứt còn có cháu ngoại đã lên tới lớp Ba rồi.

Một buổi sáng, bác Tư trai đang nhâm nhi ly cà-phê thì có tiếng gõ cửa.

"Ủa, em. Em về hồi nào?" Bác Tư trai ngạc nhiên không ngờ. "Đi bằng gì tới đây?"

"Về mấy hôm rồi. Bạn đưa đến." Bà vừa đáp vừa bước vô nhà.

"Vậy em ở đâu?"

"Em thuê chung phòng với một người bạn."

"Em mạnh khỏe hôn?"

Bác Tư gái trông có vẻ mệt mỏi chớ không còn khỏe mạnh tươi tắn như lúc trước:

"Khỏe thì vẫn khỏe nhưng không còn được như ngày xưa nữa."

"Dà, dĩ nhiên rồi. Khỏe theo tuổi tác của mình mà," ông đồng tình, rồi hỏi tiếp. "Lâu nay em sống sao?"

Bà không trả lời ngay, chỉ im lặng nhìn quanh nhà bếp, bàn ăn, rồi tới phòng làm việc của ông. Tất cả vẫn chẳng thay đổi bao nhiêu từ ngày bà ra đi.

Bàn thờ Phật vẫn nằm ngay chánh giữa nhà, nay thêm hình song thân của ông và mẹ của bà. Cái bàn thờ kế bên hơi thấp một chút để thờ ông bà tổ tiên lúc trước nay thay vào bằng cái tủ sách.

Ngày xưa, ông thường nói với bà:

"Sau khi em qua đời, anh sẽ đưa tất cả tía má lên bàn thờ Phật vì ông Phật là người thầy không thể cao hơn cha mẹ được. Trước khi làm Phật tử, mình đã là con của tía má."

Bà khẽ nhíu mày, giọng đùa cợt:

"Anh chửi loạn hết mấy thầy mà Phật tử gì?"

"Anh không chửi lung tung. Anh tu bằng lý trí chớ không phải bằng tình cảm. Anh là Phật tử chánh hiệu có pháp danh đàng hoàng," ông tự biện minh. "Anh chỉ chửi thầy chùa lứa quốc doanh chớ đâu có chửi các bực chơn tu."

"Làm sao anh phân biệt giữa thầy chùa quốc doanh với bậc chân tu?"

"Dễ mà chớ đâu có khó gì. Bọn quốc doanh lúc nào cũng kêu gọi cúng dường tức là kinh tài cho đảng của nó và thuyết pháp nhảm nhí tầm bậy để phá đạo và ru ngủ người dân."

Ông trìu mến nhìn bà, nhớ lại chuyện bao nhiêu năm trước:

"Mặc dầu hồi xưa mấy chùa chưa có thủ tục làm Lễ Hằng Thuận nhưng tụi mình cũng thường cùng nhau đi chùa Thầy Tám trên đường vô Tân Chánh đó."

"Anh vẫn còn nhớ em à?" Bà khẻ hỏi, ánh mắt dò xét.

"Nhớ chớ sao không nhớ được. Mấy mươi năm tình nghĩa mà quên sao được?"

Ông vẫn chu đáo như ngày nào, nhẹ nhàng hỏi:

"Em đã uống cà-phê chưa?"

"Anh pha cho em một ly đi."

Trong lúc pha cà-phê ông biết bà đứng dậy đi vô trong.

Căn phòng của hai ông bà vẫn y nguyên. Cái máy truyền hình và máy coi CD băng nhạc, cả bức hình của mấy đứa con vẫn treo chỗ cũ. Riêng bức ảnh chơn dung của hai ông bà ông đem xuống để trên giường. Chỗ nằm của bà ông vẫn để cái gối xanh màu áo nữ sinh bà thích. Nhìn quanh, bà bồi hồi nhớ về những tháng ngày đã qua. Nhớ lúc bà theo ông vô ở khu gia binh. Nhớ hồi chạy giặc xất bất xang bang. Nhớ khi mới qua Mỹ cả hai vợ chồng đều siêng năng đi làm dành dụm mấy năm trời mới mua được căn nhà nầy. Bao nhiêu ký ức hạnh phúc ùa về khiến lòng bà nghẹn ngào.

Tủ quần áo của bà vẫn y nguyên những gì còn lại bà không lấy đi khi dọn nhà. Bên ngoài cửa kiếng là hàng bông ly-ly vàng của nhà nầy bác trai trồng mỗi năm cho bà từ trong phòng nhìn ra coi vui mắt. Qua lối nhỏ dẫn vô xóm trong dọc tường nhà bên kia là một hàng đủ loại hoa: bông lài, mẫu đơn, thược dược, và bông lồng đèn - quá thân quen. Bây giờ bác *se phòng* chỉ được tắm rửa và pha cà-phê chớ không được nấu nướng, cùng lắm là nấu nước sôi cho mì gói. Toàn cơm hàng cháo chợ!

Tự nhiên tới một lúc ma đưa lối quỉ dẫn đường bà rũ bỏ tất cả. Thực ra trong thâm tâm bác biết mà phận đàn bà ẩn ức không thể ngỏ cùng ai. Bác trai còn biết nhiều hơn nữa.

Bác đi chừng một năm hơn nhưng khi trở về có cảm giác như vừa mới đây mà cũng như xa ngàn trùng.

Lúc bác gái trở ra, ông vẫn ngồi nguyên chỗ cũ:

"Cà-phê của em pha xong rồi đây," bác trai đẩy cái tách về phía bà. "Thời gian em sống ở bển ra sao?"

"Anh còn yêu em không?" Bà không trả lời câu hỏi mà chỉ nhìn ông, khẽ hỏi lại.

"Anh vẫn yêu em như ngày nào."

"Các con có hay ghé thăm anh không?"

"Thỉnh thoảng tụi nó cũng ghé," ông đáp, giọng trầm. "Nhưng đứa nào cũng có phận riêng cả mà."

"Anh có bao giờ nghĩ rằng em sẽ trở về không?"

"Chắc chắn rồi! Như anh đã nói lúc trước nhưng em có bao giờ nghe đâu. Tới khi sáng mắt thì em mới quay về."

"Đúng là *chưa thấy quan tài chưa đổ lệ*. Bây giờ thì

em thấm rồi."

"Em thấm như thế nào và học được kinh nghiệm gì?"

"Cuộc đời không phải lúc nào cũng êm đềm, suôn sẻ như mình vẫn tưởng."

Lúc trước bà hăm hở về bến làm ăn và hung hăng với bác trai bao nhiêu thì bây giờ bà rệu rã và bệ rạc bấy nhiêu. Chưa bao giờ bà trông tiều tụy như lúc nầy. Bà kể trong ấm ức nghẹn ngào: Chủ đầu tư bị bắt về tội vi phạm hợp đồng gì đó. Tất cả số tiền ứng trước mua mấy căn chung cư cho ngoại kiều mướn tan theo mây khói. Còn anh chàng dạy khiêu vũ kiêm người tình phi công trẻ đã bán nhà cao chạy xa bay. Bà lên côn an trình báo thì họ nói không hề có ai tên Vũ Thông Minh làm việc tại ủy ban thành phố cả.

Cho dầu cứng cỡ nào ông cũng không khỏi mềm lòng. Thời gian như lắng đọng. Ông im lặng nhìn bà với ánh mắt thương hại xót xa. Chẳng phải là thầy bói nhưng ông đã đoán trước diễn biến sẽ xảy ra như vậy. Ông đã nói coi chừng bị gạt thì bà tự tin khẳng định: "Tôi không lừa người ta thì thôi chớ ai lừa được tôi!" Năm đó đã sáu mươi lăm tuổi, bà nói rằng bà chán sống với ông mà muốn về bến sống vui hơn. Giờ thì thất vọng ê chề, bà lại quay trở qua đây.

Bà ngồi đó, da sạm đi, trán thêm nhiều nếp nhăn, và đôi mắt xuất hiện rõ những vết chưn chim. Đầu nhuộm đen nhưng nhiều chưn tóc bạc.

Ông nhẹ nhàng cầm lấy bàn tay nhăn nheo của bà, bà vẫn để yên.

"Anh thấy em không còn khỏe như trước nữa."

Mắt rưng rưng, bà nhớ lại những ngày tháng vàng son:

"Anh còn nhớ lần anh đưa em đi du lịch vòng quanh nước Mỹ không?" Bà bắt đầu kể lể. "Từ đây xuống Texas rồi qua Florida, sau đó lên Georgia, men theo bờ biển Đại Tây Dương đến Connecticut, New York, rồi đi qua thác Niagara bên Canada. Mình ngủ lại đó một đêm trước khi về Michigan. Ở đây anh *gây mê* em. Trời! Hết biết trời đất gì luôn!"

Ông bật cười sảng khoái:

"Em còn nói em sẽ yêu anh suốt đời mà!"

Bà trìu mến nhìn ông, tiếp:

"Rồi lên Miền Bắc tới thành phố gì ở tận đỉnh phía bắc của tiểu bang, sau đó vòng qua Wisconsin, xuống Chicago và Indiana, rồi mới trở về nhà. Đi chơi cả nửa tháng, chỉ riêng hai đứa mình thôi."

"Ngày đi đêm nghỉ, chỗ nào có danh lam thắng cảnh là ghé thăm. Anh nghĩ chắc đó là khoảng thời gian hạnh phúc nhứt của hai đứa mình ở nước Mỹ nầy," ông tiếp lời, giọng đầy cảm xúc.

Trong giây phút xúc động, bà nắm lấy tay ông, giọng khẽ run run:

"Hay mình quay lại với nhau đi anh."

Những ngày hạnh phúc tràn đầy ấy giờ chỉ còn là ký ức. Nhưng ông cũng nhớ khi có tiền, hai người bắt đầu cãi vã không ngừng. Bất cứ chuyện gì bà cũng lôi ra chỉ trích ông là "một người đàn ông vô dụng." Đúng vậy, bởi vì ông đã chọn trở thành *triết gia!*

Một lát sau, ông khó khăn lắm mới thốt nên lời được:

"Anh xin lỗi em," giọng ông nghẹn lại. "Nhưng thời gian chúng mình sống bên nhau mấy chục năm như vậy cũng quá đủ rồi!"

Sợ mình yếu lòng, ông vội đứng dậy, nói thêm:

"Để anh đưa em về."

Tối đó, ông nhắn tin cho mấy đứa con:

"Hãy lo chăm sóc cho má bây - lúc nầy bả có vẻ yếu lắm rồi. Nói cho cùng, má bây cũng chẳng có lỗi gì, chỉ hết duyên với tía thôi."

■ nsh-241127

# NGÀY TÀN

*truyện ngắn*

\* *thân tặng Hồng Lạc*

Chỉ chính anh Sĩ mới rõ anh biết cầm điếu thuốc từ hồi nào. Nhưng khi anh lên lớp đệ Tam thì người ta đã thấy anh thỉnh thoảng tụ tập với đám quỉ sứ phì phà mà hễ thấy con gái thì giấu đi! Tới lúc đi lính thì anh không còn sợ ai nữa, thuốc lá lúc nào cũng có trong túi. Nhà binh hình như khuyến khích lính hút hay sao mà Quân Tiếp Vụ bán rất rẻ chung với nhu yếu phẩm. Bà xã anh nhận định rằng anh hư từ hồi đi lính, chớ hồi đi học "ảnh dễ thương và hiền như cục bột!"

Ra ngoài nầy, hầu như tám chín mươi phần trăm những người ghiền đều bỏ nhưng ông nhứt định giữ. Ông thường nói "Phải khó khăn lắm mới tập được mà bỏ sao đành! Lần đầu tiên kéo sặc thấy bà!" Lúc làm ăn được, ông Sĩ mua mỗi lần mười cây Marlboro, năm cây trắng và năm đỏ, vừa bán vừa cho hai cha con hút. Ông không buồn tính thử xem mỗi ngày ông hút bao nhiêu điếu, thậm chí bao nhiêu gói, hễ hết gói nầy thì lấy gói khác. Những lúc đi xa, ông ngại mua còn bỏ theo dự trữ cho đủ cuộc hành trình.

Đang say mê làm việc suốt chừng chưa tới ba tiếng đồng hồ, bỗng nhiên ông dừng lại ngáp, chép

chép cái miệng và nuốt nước miếng, nhìn rất khó coi, nhứt là từ khi có gắn hàm răng giả. Người thẫn thờ, ông cố chút xíu nữa nhưng tay lại mò trong mấy cái hộc. Ông mệt mỏi đứng dậy đi lại đằng cái tủ lỡ âm vô tường đối diện với cửa chánh bước vào, lục túi áo vết-tông lâu không mặc với hy vọng còn bỏ quên. Ông lại ra nhà xe tìm cái gạt tàn thuốc xem có *con dế* nào không.

Lúc có tiền ra tiền vô, ông không xài bạc đồng huống chi bạc cắc bỏ rải rác lẫn lộn với biên lai mua hàng, hầu như chỗ nào cũng có một ít. Thỉnh thoảng dọn dẹp, ông gom dồn vô trong cái lon café Du Monde đặt trên bàn ngủ trong phòng bà và trong phòng riêng của ông, và con heo tiết kiệm màu xanh lá cây do ngân hàng tặng để trong kẹt phía sau chỗ bàn làm việc. Và chưa bao giờ ông ngó ngàng tới những thứ đó; khi đầy ông cho mấy đứa cháu đem đổi ăn bánh.

"Sĩ quan, ai người ta xài tiền cắc." Ông hay đùa.

Bà vợ ông vốn gánh gạo nuôi chồng, cẩn thận lên tiếng:

"Rồi cũng có lúc xài tới. Kinh tế ở đây lúc nầy xuống quá, hãng xưởng *lai-ốp* hàng loạt."

"Mấy hãng xe lớn thu gọn nhỏ lại đóng cửa bao nhiêu xưởng làm ảnh hưởng hàng loạt gia đình và cơ sở thương mại ăn theo. Làm không ra tiền mà xăng lại leo thang lên giá hàng tuần!"

Bà vợ ông được dịp tỏ ra mình đúng:

"Em nói có sai đâu? Dù ở Mỹ nhưng lúc có tiền phải để dành phòng khi túng thiếu."

"Đó là chưa tính tới một khi có khủng bố!" Ông vuốt đuôi.

Bà xã ông chợt nhớ ra:

"Ờ! Anh đổ đầy mấy bình nước dưới basement chưa?"

Nhưng ông chẳng bao giờ nhớ những chuyện nhỏ nhặt. Tuy nhiên, ông không xuống từng hầm châm nước vô bình phòng khi bị khủng bố mà nhớ tới con heo, đi thẳng tới trút ra lấy hai mươi bốn cái quarters rồi đi bộ ra tiệm Seven Eleven ở đầu đường xa gần nửa cây số. Chưa đợi thối tiền, ông đã kéo sợi chỉ nhỏ mở hộp ra lấy một điếu đưa lên mũi hít hít. Cái mùi vị đậm đà ngọt ngào khiến ông có cảm giác nếu cho hửi hoài ông cũng bằng lòng, nhưng lại gắn ngay vào đôi môi thâm đen dưới hàng ria lởm chởm. Anh bán hàng cười nhìn ông nhưng ông không cảm thấy bị xúc phạm mà cười lại.

Ngay khi ra khỏi cửa, ông nhìn quanh cố tránh đàn bà và con nít rồi đi vòng qua phía sau chỗ tàn cây thông già bên cạnh thùng rác lớn có nắp đậy, bật hộp quẹt mồi. Sau khi kéo liền mấy hơi và đợi tỉnh táo trước khi khoan khoái tà tà thả bộ về. Xe cộ vẫn qua lại, người ta vẫn bình thường, không biết ông đang héo hắt trong lòng. Ông gượng cười một mình, "Giống trong tù quá! Không ngờ ở xứ cờ hoa mà có lúc lại như vầy sao!" Phu nhơn nếu thấy cảnh nghiện ngập nầy chắc uy tín ông còn xuống nữa.

Bà vợ ông Sĩ làm nghề điều khiển máy uốn dập ống tuýp kiếm được chẳng bao nhiêu tiền. Mỗi tháng sau khi trừ đầu trừ đuôi còn chừng khoảng một ngàn đồng. Một ngàn sống ở Mỹ chi đủ thứ tiền chớ không phải như bên nhà nhận một ngàn của thân nhơn ở ngoại quốc gởi về! Người ngoài không biết tưởng cái nghề riêng của ông ta khấm khá lắm vì mỗi năm ông làm chỉ ba tháng. Nhưng thật ra mấy năm nay, gia đình ông sống nhờ vào nghề buôn bán.

Cái tiệm nằm trẹo phía trong khu thương mại chừng mươi căn, cạnh cái tiệm neo và uốn tóc của người Mỹ, phía bên trái là trung tâm phục hồi thân thể cho bịnh nhơn, người ta chạy xe ngoài đường không nhìn thấy được, nhưng nó tiện lợi là bãi đậu xe rộng rãi. Vì xa khu dân cư, nhiều người nói cái địa điểm mới nầy tốt hơn ở chỗ cũ vừa khó đậu xe vừa bị hàng xóm than phiền dài dài, nhứt là bữa nào có tiệc tùng chơi tới khuya.

Ban ngày đóng cửa im im, mãi đến chiều tối mới mở, cái tiệm cà-phê với ba bàn bi-da cũng chưa chắc đủ trả tiền chi phí. Nhơn lúc người bạn thân ghé chơi, hai ông già ngồi nói chuyện trên trời dưới đất suốt cả buổi:

"Sao không thấy khách khứa gì hết vậy?"

"Đa số là đám trẻ, đặc biệt giới làm neo, nên tám chín giờ tối tụi nó mới ra chơi!" ông Sĩ chán nản nói tránh.

"Làm vầy đủ sống hôn?" Ông bạn thương hại nhìn ông.

Ông Sĩ dụi điếu thuốc vô cái gạt tàn, lại né tránh, gật đầu:

"Chỉ tạm sống qua ngày!"

Ông già nhìn quanh cái quán im lìm trang trí tương đối lịch sự như cái phòng trà bỏ túi. Bởi tham lam nên diện tích hai ngàn bộ vuông chia làm đôi bằng cây kiểng giả. Phân nửa làm chỗ hát karaoke có sân khấu và đèn dạ quang, lại thêm mấy bức tranh phụ nữ có phần gợi cảm. Phía còn lại kê hai cái bàn, bên trên có cờ tướng và cá ngựa, cùng ba cái bàn bi-da cỡ nhỏ, mà trên mỗi bàn gắn một cái chụp màu xanh dương thòng từ trần xuống ngang đầu để che bớt ánh sáng.

Người bạn già nhìn mấy cái bàn bi-da hỏi:

"Tính bao nhiêu một giờ?"

"Tám đồng."

Ông bạn bấm ngón tay ước tính:

"Nếu có khách chơi suốt thì cũng chỉ kiếm một trăm rưỡi là cùng!"

"Ờ khoảng đó!" Ông Sĩ thờ ơ gật đầu.

"Còn chơi cái gì khác nữa chớ?" Ông bạn nghi ngờ.

"Ít học không có đầu óc, dũa từ sáng tới tối, anh nghĩ tụi nó chơi cái gì?" Ông Sĩ cười cười trả lời.

Khi biết chút ít bên trong cái nghề ở giữa hai hàng hắc bạch không hẳn hoàn toàn lương thiện, ông bạn nghi ngờ:

"Làm vầy có kỳ lắm hôn?"

"Có hơi bậy bậy một chút nhưng bất khả kháng thôi! Tụi nó có tiền mà không xài đúng chỗ, nó đưa mình xài. Nếu mình không giữ giùm, tụi nó đem xuống nhà lớn *đóng tiền điện* cũng vậy thôi," ông chủ quán phân bua.

"Thầy giáo bây giờ…" Ông bạn thở dài.

"Thầy giáo bây giờ 'mất dạy' rồi nhưng vẫn có liêm sỉ hơn bên mình!" Ông Sĩ chống chế.

Nghĩ lại những buổi gây quỹ, ông Sĩ than:

"Anh thấy tụi nó có cho cộng đồng và thương phế binh đồng nào hôn, trong khi đó nó nướng bạc trăm bạc ngàn coi như không!"

Trong đám trẻ, đứa nào còn học thì không đi chơi bậy. Anh nào ra trường đi làm cũng ít khi léo hánh tới mấy chỗ nầy. Du sinh cũng không có. Còn lại đám dở dở ương ương làm neo mới khá giả, nếu không về Việt Nam xài tiền thì chơi nhà lớn, ông Sĩ nghĩ nếu mình không "làm bậy" thì chúng nối giáo cho giặc:

"Nghĩ kỹ thì có bậy thiệt! 'Ai sao tôi vậy, ai làm bậy tôi làm theo!' Hoài bão mình lớn mà không kiếm ra tiền. Mình không thể làm neo được, thì đây là cách tụi nó giúp mình làm chuyện xã hội cũng như chính bọn nó giúp cộng đồng vậy!"

Ông Sĩ chỉ bận rộn vào mùa đông. Sáng dậy lo cào tuyết dọn bãi cho xe khách đậu, xong đúng mười giờ lên đồ làm việc đúng giờ giấc như làm văn phòng và nhiều hôm làm mãi tới mười một mười hai giờ đêm. Thời gian nầy, ông không bỏ nhà đi đâu được, trừ ngày lễ Noel, Tết Nguyên Đán, và rằm Thượng nguơn. Hết mùa chánh thì có công việc phụ chỉ cầm chừng. Năm thì mười họa mới có một người khách mù chữ tới nạp cho ông năm ba chục hoặc một trăm.

Bình thường buổi sáng thức dậy sớm, ông xuống lầu pha cà-phê rồi đi đánh răng. Xong ông đi chưn không - nghe mấy ông thầy lang nói như vậy mới có đủ âm dương, ra vườn tập thể dục nhào lộn xong chăm chỉ tưới đồ giống như ông già ngày xưa. Trở vô nhà tắm rửa, xong bưng ly cà-phê và lấy tờ giấy thằng con để trên bàn ăn ra ngoài cái sàn gỗ phía sau nhà ngồi hút thuốc. Ông làm nhiều chuyện lắm mà không chuyện nào kiếm ra tiền.

Một ngàn lần vợ ông than phiền chỉ một câu, "Không biết anh viết để làm gì mà viết hoài, toàn chuyện tào lao!"

Ông nghĩ bà xã trách cũng có lý nên chỉ cười và đáp ứng vài câu vô thưởng vô phạt. Như vậy cho êm cửa êm nhà. Ông mà phản ứng mạnh thì thế nào bà cũng nổi cơn lôi đình và bao giờ ông cũng thua!

"Viết để lại cho con cháu biết."

"Tụi nó đâu có đọc."

"Bây giờ chúng nó không đọc thì sau nầy đọc."

Bữa nào không có chuyện gì khác, trên đường xuống tiệm ông ghé Sam's Club hoặc Costco bổ hàng theo tờ giấy thằng con ghi. Công việc ông làm bây giờ dễ dàng không cần chữ nghĩa, bất quá chỉ cần biết đọc biết viết và toán cộng toán trừ mà thôi! Ông chặc lưỡi, "Thằng Thuận-lai một chữ bẻ làm đôi không có mà hễ mở mắt ra là đếm tiền!" Ông tính sai nước cờ, bây giờ *quá đát* trở lại không còn kịp, phó mặc cho số phận!

Nhìn cái tiệm lớn hai căn bề bộn, bàn ghế ngổn ngang, tàn thuốc đầy sàn, ly tách chai bia nước ngọt nằm rải rác khắp nơi trên bàn dưới đất, ông hơi bất mãn nhưng an ủi:

"Vợ chồng chúng không siêng năng nhưng cũng còn được việc khác, 'Bồng em khỏi xay lúa!'"

Mấy năm trước, giống như học chữ, anh Hùng đã từng đi học neo rồi mà học hoài cũng không tới đâu, nên ông Sĩ mua lại cái tiệm bi-da cho thằng con vô nghề nghiệp làm. Anh ta làm tàng tàng kiếm sống qua ngày. Vì làm ca đêm, nhiệm vụ của anh ta là ngủ nguyên ngày tới năm sáu giờ chiều mới ra mở cửa tiệm. Giờ giấc như nước lớn nước ròng, khi trồi khi sụt! Thích thì mở không thích thì đóng cửa đi *phê!* Ba mươi mấy tuổi rồi mà như con nít chẳng công danh sự nghiệp. Lại nữa, chưa cưới hỏi gì mà đã có đứa con.

"Tao nghe nói thì con nhỏ nầy không được đàng hoàng!" Bà mẹ nói.

Nghĩ mình học hành chưa tới đâu, lại hư hỏng, anh Hùng an phận từ từ đáp:

"Má nghĩ, bộ con tốt lành lắm sao?"

Khi anh Hùng vắng mặt, bà nói với ông:

"Chỉ cháu ngoại mới chắc là cháu ngoại của mình. Còn cháu nội thì chưa chắc lắm."

"Em đừng nói vậy, nên tế nhị một chút. Đừng xúc phạm nó." Ông Sĩ can.

Tính tới tính lui hết cách, ông bà bàn chuyện lãnh vợ con anh Hùng qua:

"Hy vọng lúc đó có trách nhiệm thì nó sẽ bỏ *hút* mà lo cho vợ con."

Trái với tên gọi, anh Hùng sống như một con người chậm phát triển, không tham gia và tham dự bất cứ tiệc tùng nào của gia đình đến đỗi mấy đứa cháu hầu như không biết có một người cậu và một người chú tên Hùng trong nhà ông bà. Không làm bất cứ công tác nào từ việc nhà như hốt lá, cắt cỏ, cào tuyết... tới chuyện cá nhơn - xếp mền gối, dọn dẹp phòng, lau chùi nhà tắm.... Nhưng anh sống hướng thượng, hướng về nơi thanh cao, hướng về màu thanh quý, do đó đầu óc anh lúc nào cũng mơ tưởng tới vương quốc thần tiên!

Nhiều người nói anh sướng như vua! Nhà cửa, cơm nước, xe cộ, và bảo hiểm anh không phải lo, mở cửa tiệm là có tiền, hễ đủ mấy *tép* là đóng cửa, phóng đi, mua về chơi tại tiệm. Vụ bảo lãnh vợ con anh không có ý kiến, coi như chuyện của người xa lạ. Không bảo lãnh thì mỗi năm anh về Việt Nam một hai lần, giao tiệm cho thằng bạn coi. Làm ăn tùy hứng, lợi tức không đủ bảo lãnh nên ông bà phải đứng ra bảo trợ cho vợ con anh.

Cô con dâu qua hai năm rồi mà cốt cách hoàn toàn như bên nhà, chỉ biết xài hàng hóa và món ăn Việt Nam, không léo hánh tới tiệm Mỹ. Bà mẹ chồng nói Cơ quan Kiểm tra Thực phẩm cảnh báo có nhiều mặt hàng không đạt tiêu chuẩn vệ sanh nhưng cô cũng mặc. Sanh thêm một đứa con gái nữa bán cái cho ông bà nội, lúc nào cũng đeo dính thằng chồng như sam. Nhưng theo như nhiều người nói, ra tiệm thì cô bận bịu lắm: Nấu nướng, đi tới đi lui, xem truyền hình ca nhạc, gọi điện thoại về ông bà già, và… đánh bài.

Lúc còn đi học, cô chỉ học đúng mười con số từ không tới chín và bốn chữ viết hoa J, Q, K, A là bồi đầm già ách. Cho nên, trừ bài cào là món nhập môn dành cho con nít chơi lật ra đếm nút ăn tiền, chẳng những cô thông thạo bài tiến lên như bộ đội Bắc kỳ mà xì-phé, dà-dách, cắc-tê, cả poker một loại dà-dách chơi theo kiểu Mỹ cô đều rành sáu câu. Nghe tưởng nói chơi, nhưng nếu tận mắt nhìn thấy cô chia bài, cầm bài, xòe bài, dắt bài, tỉa bài, và xuống bài… thì mới khẩu phục tâm phục!

Thỉnh thoảng ông ra tiệm bất ngờ, về nhà than với bà xã:

"Phải chi con vợ nó siêng năng như người ta thì mình cũng đỡ khổ!"

"Thằng chồng đã hư hỏng mà con vợ còn tệ hơn nữa! Phải chi nó chỉ được bằng nửa con Nikkie cũng…"

Bà bỏ lửng câu nói, nhớ tiếc cô con dâu trước - dù ông bà chưa cầm trầu cau tới cưới xin và chưa gọi bằng cha mẹ. Cô đi làm cả ngày, tối về lo cái tiệm tới khuya, quán xuyến mọi việc từ A tới Z. Còn anh Hùng chỉ lo *phê*…, tới giờ thì sai thằng đệ tử - nuôi ăn nuôi ở trong nhà, thậm chí còn bao *hút* nữa - xách xe rước vợ về. Cho tới một ngày đất Michigan nắng ráo tốt trời, thằng bạn thân chở vợ anh đi xuyên bang xây tổ ấm luôn, người ta thấy anh không gợn chút buồn!

Ông góp ý với bà xã:

"Thôi! Em đừng nhắc chuyện đó nữa! Lỡ con Trân nghe nó buồn!"

"Thì đằng nào nó cũng biết rồi!"

"Đành vậy! Nồi nào vun nấy mà! Cho nên, con Nikkie mới bỏ nó!"

Ở nhà, cô con dâu lờ đờ chậm chạp, không dọn dẹp và rửa chén bát, ông Sĩ tưởng lầm:

"Ba thấy con lúc nào cũng lề mề, con có bịnh gì hôn?"

Nước da ngâm ngâm hơi mét mét như người mắc bịnh gan, cô con dâu cười:

"Bịnh làm biếng!"

Ông kể lại, bà xã cười than:

"Trong đời! Con dâu mà ăn nói với ông già chồng như vậy đó! Chẳng những làm biếng, không biết chữ, mà nói gì nó cũng trơ trơ!"

"Biết làm sao bây giờ! Nhưng được cái là nó lễ phép lúc nào cũng 'dạ thưa' và không dám cãi lại mình!" Ông an ủi.

Ông bà may mắn có được con dâu mà không tốn bao nhiêu, chỉ chừng năm mươi ngàn tài trợ cho anh Hùng về Việt Nam! Mấy năm trước mỗi năm anh Hùng về thăm vợ ít nhứt một lần, mà mỗi lần chừng hai ba tháng. Sau khi sanh thằng Tí, anh về hai lần. Chắc chắn ông Sĩ không thể cáng đáng cái tiệm toàn đám thanh niên trời đánh được nên anh giao cho thằng bạn coi. Tới lúc thằng bạn thân phản phúc mà anh nhờ coi sóc công việc làm ăn trong lúc anh vắng nhà mở cái tiệm giống y như vậy ở bên kia con đường thì mới là vấn đề!

Lợi tức còn phân nửa, nói chung cũng còn sống cầm chừng, nhưng có nhiều ngày không ai tới nên anh Hùng buồn chán bỏ tiệm đi *phê*. Tại anh *phê* nền dần dần không ai đến! Nguyên nhơn trở thành hậu quả và hậu quả lại thành nguyên nhơn của lần sau và cứ như vậy tiếp diễn ngày nầy qua ngày khác.

"Không biết tại sao bỏ được hơn hai năm mà nó chơi lại?" Bà Sĩ than.

"Cũng tại thằng Phú-lì rủ rê!" Ông đổ thừa

thằng bạn giúp anh Hùng tân trang lại cái tiệm.

"Mà hễ chơi lại thì dính luôn!"

Có nhiều kinh nghiệm bỏ thuốc lá, ông Sĩ lý luận:

"Ăn thua lần đầu tiên mình có cưỡng lại được hay không. Ban đầu thì lâu lâu, kế thì hàng tuần, rồi mỗi ngày luôn."

"Ai chớ thằng nầy nếu chơi lại thì chơi luôn mỗi ngày." Bà Sĩ cãi.

"Cái bịnh nầy nó như ma ám vậy. Hễ chơi là nó bắt chơi hoài, chơi cho tới chừng nào không thể có nữa mới thôi. Cũng may là nó chưa bán đồ nhà!"

"Rồi sẽ tới thôi!" Bà thở dài.

Đi quanh cái vòng lẩn quẩn, tới một lúc công việc làm ăn tiến thoái lưỡng nan! Tiếp tục không xong mà buông ra chẳng được, vì còn phải trả tiền mướn và chi phí điện ga.... Ông bà phải rút tiền tiết kiệm ra trả dài dài.

Vào lúc nầy, bà lại bị lai-ốp, hưởng tiền thất nghiệp chỉ sáu tháng rồi xin nữa cũng không được! Họ bảo với điều kiện bà phải đi học lại, học cái gì cũng được! Tiếng Anh ba rọi lại bận ôm hai đứa cháu, bà đành bó tay.

"Phải về hưu thôi! Đợi? Chưa chắc còn sống tới ngày đó!" Ông quyết định.

"Hưu non cũng chưa tới!"

Từng tuổi nầy ai mướn, nhưng bà lại giục ông đi làm:

"Hồi đó cả gia đình ăn bám vào cái tiệm. Bây giờ anh không đi làm thì làm sao sống?"

Ông tự biết lỡ thầy lỡ thợ lại lớn tuổi, tửng tửng:

"Trời sanh voi sanh cỏ mà em!"

"Sanh voi sanh cỏ cái gì? Hết hai cái CDs rồi đó! Bây giờ còn cái nhà bán luôn ra ngoài đường ở!" Bà nổi nóng.

"Còn tiền 401(k) của em, lấy ra đi!"

"Để em thủ thân chớ!"

"Thủ thân cái gì! Ở Mỹ có ai chết đói đâu mà em lo!" Ông nhìn bà năn nỉ.

Bà đi lại ngăn tờ lấy một xấp biu bọng bỏ lên bàn, ngồi xuống thở dài:

"Tiền rent nó phạt một trăm sáu mươi chín đồng, thuế nhà hai ngàn bảy, thuế tiệm tám trăm, tiền ga, tiền điện.... Lại gần hết tã và baby food cho con Hiền...."

Thấy bà buồn thiu, ông im lặng đứng dậy bỏ ra ngoài vườn, cố quên di thực tại. Chỉ có một dây mướp và một dây bí mà mỗi ngày ông ra thăm không biết bao nhiêu lần, chưa kể tưới hai cữ sáng sớm và tối. Dây bí chẳng những đã có ăn lai rai mà còn làm quà tặng cho những người bạn thân. Còn dây mướp thì tuyệt nhiên chưa thu hoạch. Ông nhìn trái lớn nhứt chỉ mới bằng ngón chưn cái dài chưa tới một gang, và trái kế mới bằng ngón tay, lẩm bẩm, "Mồng tơi rau dền mà không có mướp hương thì thật thiếu sót!"

Định cắt cỏ nhưng máy không còn một giọt xăng. Ông mở nhỏ vòi nước tưới kê vào miệng, nuốt ực ực như trâu uống đìa, như tù làm khổ sai ngoài nắng. Bà vợ ông thường nói uống nước sống - dù nước máy thành phố - đâu chắc bảo đảm vệ sanh một trăm phần trăm, lại coi chừng có ngày bị bọn khủng bố chơi chiến tranh vi trùng:

"Để em nấu sôi chứa trong ấm, ai khát rót ra ly mà uống, hoặc chế ra chai để tủ lạnh."

"Không mua nước chai mà nấu nước sôi tốn ga cũng quá cha!" Ông không đồng tình.

"Vậy mà hồi đó nước chai anh không uống hai lần, của chính anh anh cũng bỏ. Anh bảo khi uống, mình nhả nước miếng trở lại, nếu để lâu sanh vi khuẩn, uống vô rất hại!"

"Tập cho quen. Chớ hồi ở tù thì sao? Ngộ biến phải tùng quyền chớ em!" Ông cười trừ.

Dù còn khoảng một tháng nữa mới tới tiết thu phân, mấy ngày nay trời bỗng nhiên trở lạnh. Ông già Sĩ nói một mình, "Không khéo cũng như năm ngoái, chỉ ăn được một trái!" Mua ngoài chợ chỉ mấy đồng một cân nhưng là loại tầm thường! Của ông trồng ngon hơn, quý hơn, và đắt hơn! Tính ra giá thành mỗi trái bí mười đồng, còn trái mướp khoảng một trăm! Ông trân trối nhìn mấy trái bí xanh rờn đầy lông tơ và hai trái mướp, hài lòng về thành quả công sức của mình như hồi xưa tất cả học trò đều lên lớp, hoặc vừa đánh thắng một trận thư hùng và thu nhiều chiến lợi phẩm!

Ông lại liếm môi, chép miệng, nuốt nước miếng, và thò tay vô túi quần tìm gói thuốc nhưng lại rút ra tay không! Vào nhà mở tủ lạnh, một lon bia -loại rẻ tiền nhứt cũng không còn!

Ông thở hơi ra cười cay đắng, "Trời ơi! Sao kỳ vậy ta!"

▪ nsh-130514 nhuận sắc 241127

# MỤC LỤC

| | |
|---|---|
| Lời nói đầu | 7 |
| Chút kỷ niệm về tình bạn - Mai Nguyên | 37 |
| Đọc Tác phẩm Chuyện Vợ Chồng của Ngô Sỹ Hân - Kha Lăng Đa | 41 |
| Ngày Hội Lớn | 49 |
| Kẻ Đồng Loã | 61 |
| Gác Kiếm | 75 |
| Chờ Chồng | 93 |
| Bí Mật Của Nàng | 105 |
| Di Chúc | 125 |
| Người Vợ Một Đêm | 147 |
| Chị Du Kích | 161 |
| Chuyện Vợ Chồng | 175 |
| Ngày Tàn | 195 |

# Nhân Ảnh
2024

**Liên lạc tác giả**
Ngô Sỹ Hân (Syhan Ngo)
2682 Roundtree Dr
Troy MI 48083
ngosyhan@gmail.com
ngosyhan2002@yahoo.com
facebook: han ngo
phone:
(248) 740-0669 h
(248) 558-0089 c

**Liên lạc Nhà xuất bản**
han.le3359@gmail.com
(408) 722-5626

www.ingramcontent.com/pod-product-compliance
Lightning Source LLC
LaVergne TN
LVHW041703060526
838201LV00043B/548